தடைகளைத் தகர்த்த அறிவியல் தன்னம்பிக்கையாளர்கள்

டாக்டர் **ம. லெனின்**

சிக்ஸ்த்சென்ஸ் பப்ளிகேஷன்ஸ்
10/2 (8/2) போலீஸ் குவார்ட்டர்ஸ் சாலை
(தி.நகர் பேருந்து நிலையத்திற்கும்
காவல் நிலையத்திற்கும் இடைப்பட்ட சாலை)
தி.நகர் சென்னை – 600 017
தொலைபேசி : 2434 2771, 65279654

Publisher
K.S. Pugalendi

Managing Editor
P. Karthikeyan

Layout
M.Magesh

Title:
Thadaigalai Thagartha Ariviyal Thannambikkaiyalargal

Author:
Dr. M. Lenin

Address:
Sixthsense Publications
10/2(8/2) Police Quarters Road,
(Between Thiyagaraya Nagar Bus Stop & Police Station)
Thiyagaraya Nagar, Chennai - 17
Phone: 2434 2771, 2986 0070
Cell: **72**000 **50**073

Sixthsense Publications
6 th sense_karthi
e-mail : sixthsensepub@yahoo.com
Website: www. sixthsensepublications.com

Edition:
First   : **December, 2011**
Second : **October, 2018**
Third   : **February, 2021**

Pages : 128
Price : ₹ 155

No part of this book should be reproduced or transmitted in any form without permission in writing from the author or publisher

நீங்கள் Smart Phone உபயோகிப்பவராக இருந்தால் QR Code Reader Application மூலம் இதை Scan செய்தால் நேரடியாக எமது இணையதளத்திற்கு சென்று மேலும் எங்கள் வெளியீடுகள் பற்றிய விவரங்களைப் பெறலாம்.

தலைப்பு	:	தடைகளைத் தகர்த்த அறிவியல் தன்னம்பிக்கையாளர்கள்
நூலாசிரியர்	:	டாக்டர் ம.லெனின்
பக்கங்கள்	:	128
விலை	:	**ரூ.155**

முதற்பதிப்பு	:	டிசம்பர், 2011
இரண்டாம் பதிப்பு	:	அக்டோபர், 2018
மூன்றாம் பதிப்பு	:	பிப்ரவரி, 2021

சிக்ஸ்த்சென்ஸ் பப்ளிகேஷன்ஸ்
10/2 (8/2) போலீஸ் குவார்ட்டர்ஸ் சாலை
(தியாகராயநகர் பேருந்து நிலையத்திற்கும் காவல் நிலையத்திற்கும் இடைப்பட்ட சாலை)
தியாகராயநகர், சென்னை – 600 017
தொலைபேசி : 24342771, 29860070.
கைபேசி: **72**000 **50**073
மின்னஞ்சல்: sixthsensepub@yahoo.com

இந்தப் புத்தகத்திலுள்ள எந்த ஒரு பகுதியையும் பதிப்பாளர் மற்றும் எழுத்தாளர் அனுமதியை எழுத்து மூலம் பெறாமல் பதிப்பிக்கக் கூடாது

ISBN : 978-93-82577-66-9

ஆசிரியர்

ஏதை வேண்டுமானாலும் நினைத்துக் கொள்ளுங்கள். அது எப்படி நிறைவேறும் என்பது சந்தேகமாக இருக்கிறதா? எதற்கும் கவலைப்பட வேண்டியதில்லை.

காலத்தையும் உழைப்பையும் வீணாகக் கழித்துக் கொண்டு இருக்கிறோமே.. எதற்காகக் கிடைக்காத ஒன்றைக் குறித்துக் கவலைப்பட்டுக் கொண்டு இருப்பது.. உதறிவிட்டு வேறு வேலையைப் பார்ப்போம்..

இந்த நிலைக்கு வந்தவர்கள் பட்டியலில் நீங்களும் இருக்கலாம். 100 மீட்டர் ஓட்டப் பந்தயத்தில் கலந்து கொள்பவர் 96வது மீட்டரில் சலித்துப் போகலாமா?

அந்தக் கட்டத்தில்தானே இன்னும் கொஞ்சம் அதிக முயற்சியை வெளிப்படுத்த வேண்டும். அப்போது பார்த்துத் தளர்ந்து போனால் அதுவரை ஓடிவந்த தூரம் வீண் என்று ஆகிவிடாதா?

பெரும்பாலானவர்களின் நம்பிக்கை மதம் சார்ந்ததாகவே இருந்திருக்கிறது.

மதம் மக்களை எளிதில் ஈர்க்கிறது. மத நம்பிக்கையால் எதையும் அடையலாம் என்று எண்ணுபவர்கள் அதிகம்.

தங்களது கற்பனையிலும் அனுபவிக்க முடியாத வசதி வாய்ப்புகளை நம்பிக்கை மூலம் அடையலாம் என்று மதங்கள் போதிக்கின்றன. அது குறிப்பிட்ட மதத்தால் மட்டுமே முடியும் என்னும் போதுதான் மக்கள் வெட்டி மடிகிறார்கள்.

நடக்கவே நடக்காது என்று நினைத்துக் கொண்டிருந்த காரியம் கூட எப்படி எதிர்பாராத விதத்தில் நிறைவேறி விடுகிறது என்று நீங்களே பல நேரங்களில் வியப்படைந் திருப்பீர்கள்.

யாரோ ஒருவர் உங்களுக்கு இந்த நொடியில் தேவைப் படும் தன்னம்பிக்கையை எடுத்துக் கொடுக்க வந்து கொண்டிருப்பார்கள்.

இப்படிப் பலதரப்பட்ட ஊக்குவிப்பாளர்களை உங்க ளுக்கு அறிமுகம் செய்வதே இந்த நூலின் நோக்கம். படித்துப் பாருங்கள். உங்கள் நம்பிக்கை வலுப்படும்.

நம்பியதெல்லாம் நடக்கும்.

ம.லெனின்
சென்னை.

பதிப்பாளர்

வெறுங்கை முழம்போடுமா என்பார்கள். வெறுங்கை என்று ஏன் நினைக்க வேண்டும்? விரல்கள் ஒவ்வொன்றும் மூலதனம் என்று நினைக்கச் சொல்வார்கள் அறிஞர்கள்.

இந்தக் கருத்தை வலியுறுத்த வாழ்ந்து மறைந்த எத்தனையோ பேர்களின் வாழ்க்கையை இங்கே தொகுத்துக் கொடுத்திருக்கிறோம்.

இதில் சொல்லப்பட்டுள்ள எந்த ஒரு விசயமும் கற்பனை அல்ல. எல்லாமே உண்மையில் நிகழ்ந்தவை. இப்படியெல்லாம் கூட நடக்குமா என்று வியக்கவைப்பவை.

ஆனாலும் நடந்தவை. நீங்கள் சோர்ந்து போய் நிற்பதற்கு ஏராளமான சந்தர்ப்பங்கள் ஏற்படலாம். அப்போது உங்களைத் துடிப்போடு துணிந்து முன்னேற வைக்க யாரும் இல்லையே என்று வருந்துகிறீர்களா?

கவலையை விரட்டுங்கள். இந்தத் தொகுப்பில் சொல்லப்பட்டிருப்பவர்களின் வாழ்க்கை நிகழ்வுகளை அமைதியாக அசைபோடுங்கள்.

நமக்கும் இப்படித்தானே நேர்ந்தது.. நாம் ஏன் இவர்களைப் போல் சிந்திக்கக் கூடாது? நாமே மற்றவர்களுக்கு எடுத்துக்காட்டாக வாழலாம் போலிருக்கிறதே..

இவ்வாறு சிந்திக்க வைக்கும் எண்ணற்ற நிகழ்வுகள் இதில் பதிவகளாக ஆகி இருக்கின்றன.

உங்களுக்கு எப்போதெல்லாம் சலிப்பு ஏற்படுகிறதோ அப்போதெல்லாம் எடுத்துப் படியுங்கள். உற்சாகமாக இருக்கும் போதும் உற்றுப் படியுங்கள்.

உங்கள் மனநிலை எப்படி இருந்தபோதிலும் இந்தப் புத்தகம் ஒரு மாற்றத்தை உங்களுக்குள் ஏற்படுத்தப் போகிறது. அது நல்ல மாற்றமாக இருக்கும் என்பது உறுதி.

இன்னும் இது போன்ற தொகுப்புகளை எப்போது தருவீர்கள் என்று கேட்கப் போகிறீர்கள். அதற்கு இரண்டு காரணங்கள் இருக்கலாம்.

ஒன்று.. உங்களுக்குத் தன்னம்பிக்கை குறைவாக இருந்திருக்கும். இரண்டு ..இதைப் படித்தபின் வளர்ந்திருக்கும்.

- சு . புகழேந்தி
சென்னை -

புகுமுன்

என்னால் முடியும் என்பதற்கும் என்னால் முடியாது என்பதற்கும் என்ன வேறுபாடு? கடைசி இரண்டு எழுத்துக்கள்தான்.

எல்லாரும் இதைத் தலை எழுத்து என்பார்கள். அதை எழுத வேண்டியது நீங்கள்தான். எவரோ எழுதி வைத்திருந்தாலும் அதை நீங்கள் உங்களுக்கு ஏற்ற வகையில் மாற்றி எழுதி வைத்துக் கொள்ளலாம்.

அப்படி எழுதுவதற்கான பேனா வேண்டுமா? உள்ளே வாருங்கள் கிடைக்கும்.

பேனாவில் ஊற்ற மை? அதுவும் கிடைக்கும்.

இந்த எழுத்து அழிந்து போகாமல் நிலைபெற வேண்டும் என்பது உங்கள் விருப்பமா?

அதையும் சாதிப்பீர்கள். எப்படி?

இதைப் படிப்பதன் மூலம்தான்.

படிக்க ஆரம்பிப்பதே பாதி சாதித்த மாதிரிதான்.

மீதி?

உங்கள் கையில்.

பொருளடக்கம்...

01.	எண்ணம்தான் எல்லாம் என்றவர்	9
02.	முடிவிலா வாழ்க்கையை வாழக கற்றுத் தந்தவர்	13
03.	நிலவைத் தொட்ட எண்ணங்களுக்குச் சொந்தக்காரர்	29
04.	சகாப்தம் படைத்த சகலகலாவல்லி	34
05.	எல்லாமே நீதான் என்றவர்	49
06.	கிழக்கில் உதித்த மேற்கு	54
07.	முழு ஆற்றலையும் முறையாகப் பயன்பட வைத்தவர்	60
08.	மூன்று துறைகளில் முத்திரை பதித்தவர்	70
09.	இருபதாம் நூற்றாண்டில் இணையற்ற பெண்மணி	73
10.	உன்னை உணர் என்று உயர்த்தியவர்	76
11.	நம்பினால் நடக்கும் என்பதை நடைமுறைப்படுத்தியவர்	80
12.	இந்தியாவிற்குப் பெருமை சேர்த்த அமெரிக்கர்	86
13.	மனங்களை மாற்றிய மாமனிதர்	91
14.	சூரியனைப் போன்ற தூய்மை கொண்ட மனிதர்	98
15.	மற்வர்களுக்கு ஊக்கமூட்டும் மாமருந்து	110
16.	மனமே மருந்து என்று மெய்ப்பித்து தம்பதிகள்	116

1. எண்ணம்தான் எல்லாம் என்றவர்

Prentice Mulford — பிரன்டைஸ் மல்போர்ட்

புதிய சிந்தனைக் கருத்துக்களை முன் வைத்த ஆரம்ப காலச் சிந்தனையாளர்களுள் இவர் மிகவும் போற்றப்படுபவர். எனினும் இவரைப் பற்றி அறிந்திருப்பவர்களின் எண்ணிக்கை ரொம்பவும் குறைவு.

இவருடை கருத்துக்கள் எல்லாமே தொகுக்கப்பட்டு நுலாக வெளியிடப்பட்டுள்ளன. ஆறு தொகுதிகளாக இவற்றை வெளியிட்டு இருக்கிறார்கள். இந்த ஆறு தொகுதிகளையும் விலை கொடுத்து வாங்கிப் படிக்க எல்லாராலும் இயலுமா?

இதன் காரணமாகவே இவரைப் பற்றி அறிந்தவர்கள் சொற்ப எண்ணிக்கையில் இருந்தார்கள்.

அமெரிக்காவில் லாங்ஐலண்ட் என்ற பகுதி இருக்கிறது. அங்குள்ள ஸாக் ஹார்பர் என்ற இடத்தில் இவர் 1834-ஆம் ஆண்டு பிறந்தார்.

இவரைப் பற்றி வர்ணிப்பவர்கள் இவரை மனிதர் களிலேயே மிகவும் வலிமை படைத்த மனிதர் என்பார்கள். தாம் வாழ்ந்த காலத்தில் நடைமுறையில் இல்லாதிருந்த எத்தனையோ விசயங்களை இவர் எடுத்துக் கூறினார்.

இனிவரும் காலஙகளில் என்னென்ன அதிசயங்கள் நடக்கும் என்பதையும் கணித்துச் சொன்னவர் இவர். மனிதன் பறவையைப் போல் வானத்தில் பறப்பான் என்றார். அப்போது ஆகாய விமானம் என்று எதுவும் இருக்கவில்லை.

எந்தவிதத் தொடர்பு சாதனமும் இல்லாமலேயே ஓரிடத்தி லிருந்து இன்னொரு இடத்திற்குத் தகவல் அனுப்ப முடியும் என்று சொன்னார். அந்தக் காலத்தில் வானொலி கண்டுபிடிக்கப் பட்டிருக்கவில்லை.

மன அலைகள் மூலமே வெகு தொலைவில் உள்ள வர்கள் கூட எண்ணங்களைப் பரிமாறிக் கொள்ள முடியும் என்று சொன்னார். இதைச் செயல்படுத்தியும் காட்டினார்.

இவருக்கு எதிர்காலத்தை உணரும் ஆற்றல் இருப் பதாகப் பலரும் கருதினார்கள்.

இருபத்து இரண்டு வயது நடந்து கொண்டிருந்த போது இவர் கலிபோர்னியாவுக்குக் கப்பலேறினார். அங்கு ஜேம்ஸ்டவுன் என்ற இடத்தில் குடியேறினார்.

தங்கம் தேடுவதில் வெற்றி பெற்றவரானார். சமையல் கலையில் கை தேர்ந்தவராக விளங்கினார். நல்ல ஆசிரிய ராகவும் திகழ்ந்தார். சிறந்த பேச்சாளர். மனித இயல்பு களை உன்னிப்பாகக் கவனிப்பவர்.

இப்படிப் பல்வேறு திறமைகள் இருந்தாலும் இவர் பணம் சம்பாதித்தது என்பது இந்த வழிகளில் அல்ல. அதுவரை யாரும் சிந்தித்துப் பார்த்திராத விசயங்களைப் பற்றிய இவரது கற்பனை ஆற்றல்தான் இவருக்குப் பொன்

னையும் பொருளையும் பேரையும் புகழையும் கொண்டு வந்து சேர்த்தது.

இவரது நூல்கள் பெரும் எண்ணிக்கையில் விற்பனை யாயின. புகழ் பெற்ற எழுத்தாளர்கள் வரிசையில் இவரும் போற்றப்பட்டார்.

ஓவர்லாண்ட் என்ற மாத இதழில் இவர் எழுதிய நகைச் சுவை நிறைந்த சிறுகதைகள் பெரிய அளவில் பேசப்பட்டன. கோல்டன் இரா.கலிபோர்னியன் முதலான இதழ்களிலும் இவரது படைப்புகள் வெளியாயின.

உள்ளூர்ப் பத்திரிகைகளும் இவரது எழுத்துக்களை வெளியிடுவதைப் பெறும் பேறாகக் கருதின. சான்பிரான்சிஸ்கோவின் இலக்கிய வட்டாரங்களில் இவர் மரியாதைக்குரியவரானார்.

1865-ஆம் ஆண்டில் இவரது எண்ணங்கள் மாறத் தொடங்கின. மன வலிமை பற்றிய கருத்துக்களை அதிகம் வெளியிட ஆரம்பித்தார். படகு ஒன்றையே தமது வீடாக மாற்றிக் கொண்டு பல இடங்களுக்கும் போய்வந்து கொண்டிருந்தார்.

வெளிநாடுகளுக்கும் பயணம் செய்தார். நாடு திரும்பிய பின் நியூஜெர்சியில் ஒரு துறவியைப் போன்ற வாழ்க்கையை மேற்கொண்டார். பதினேழு ஆண்டுக் காலம் இந்த வாழ்க்கை தொடர்ந்தது.

இந்தக் கால கட்டத்தில்தான் பல அற்புதப் படைப்பு களை வெளியிட்டார். எண்ண ஓட்டங்களை எப்படிப் பயன்படுத்துவது என்பதை விளக்கினார்.

மனித வாழ்க்கையைச் சூழ்ந்துள்ள பல மர்மங்களை விளக்குவதாக இவரது எழுத்துக்கள் அமைந்தன. சிலர் இவற்றை நடைமுறைக்கு ஒத்துவராத கற்பனைக் கனவுகள் என்று கிண்டல் செய்தார்கள். பெரும்பா லோனோர் இவற்றை வாழ்க்கையின் அரிய உண்மைகள் என்று போற்றினார்கள்.

இவர் அறிவார்ந்த ஆசிரியராக உலகிற்கே கற்பிக்கும் திறமை பெற்றவராக விளங்கினார்.

உங்களால் எதையும் புதிதாகக் கண்டுபிடிக்க முடியும். அந்தக் கண்டுபிடிப்புகளை மற்றவர்கள் ஏற்றுக் கொள் கிறார்களா இல்லையா என்பதைப் பற்றிக் கவலையே படாதீர்கள்.

உங்கள் போக்கைத் தொடருங்கள். புதிய கண்டு பிடிப்புகளை நிகழ்த்துங்கள். அவை உங்களுக்கு மன நிறைவைத் தரும். அதைக் கொண்டாடுங்கள் என்பார்.

இவரது கருத்துக்களைப் பின்பற்றிய பலரும் வாழ்க் கையில் உயர்ந்த நிலையை அடைந்திருக்கிறார்கள். உலகமே இவருக்கு நன்றிக் கடன்பட்டிருக்கிறது. புதிய சிந்தனைக் கருத்துக்களை முன்வைத்த முன்னோடி என்ற வகையில் இவரைப் பாராட்டாமல் இருக்க யாராலும் முடியாது.

தாம் பிறந்த ஸாக் ஹார்பருக்குத் திரும்பத் திட்டமிட்டி ருந்தார் இவர். லாங் ஐலண்ட் பகுதியில் நடந்த தங்க வேட்டை பற்றி விரிவாக எழுத வேண்டும் என்பது இவரது எண்ணம்.

தமது படகில் பயணம் செய்து கொண்டிருந்தபோதே அமைதியாக உயிர் துறந்தார். அப்போது இவருக்கு வயது 57. எந்தவிதமான நோயோ தொல்லையோ இல்லாமல் இருந்தவர்.

முப்பது ஆண்டுகளுக்கும் மேலாக இவரது கல்லறை எந்த ஒரு வாசகமும் பொறிக்கப்படாமலேயே இருந்தது. அதன்பின் இவரது சொந்த ஊருக்கு உடலை எடுத்துச் சென்றார்கள்.

அங்கு இவரை அடக்கம் செய்த இடத்தில் இப்படி எழுதி இருக்கிறார்கள்ஃ

எண்ணம்தான் எல்லாம்.

இதற்கு இலக்கணமாய் வாழ்ந்து காட்டியவர்தான் பிரன்டைஸ் மல்ஃபோர்ட் (Prentice Mulford).

2 முடிவிலா வாழ்க்கையை வாழ கற்றுத் தந்தவர்

Joel S.Goldsmith ஜோயல் எஸ்.கோல்ட்ஸ்மித்

இந்த உலகத்திற்கு இனிமேல் புதிதாக எந்த மதமும் தேவைப் படவில்லை. புதிய தத்துவங் களுக்கும் அவசியமில்லை. தேவைப்படுவதெல்லாம் அமைதியும் ஆறுதலுமே என்றவர் இவர்.

உலகத்தில் துன்பப்படுகிறவர்கள் நிறையப்பேர் இருக்கிறார்கள். அவர்களது துன்பங்களைத் தங்களது அர்ப் பணிப்பு உணர்வால் நீக்கக் கூடியவர் களும் இருக்கிறார்கள்.

பிறர்படும் துயரங்களைப் போக்க வேண்டும் என்று நினைப்பவர்கள் இருக்கும் வரை அவர்களது எண்ணங் கள் அப்படியே நிறைவேறும். இது தான் இவர் எடுத்துச் சொன்ன கருத்து.

வியக்கத்தக்க வகையில் மனதின் ஆற்றல்களை மற்றவர்களுக்கு உணர்த்தியவர் இவர். இந்த வித்தையைக் கற்றுத் தருவதில் ஈடற்ற சாதனை படைத்தவர். என்றென் றும் நினைவை விட்டு நீங்காமல் வாழ்பவர்.

தம் வாழ்நாள் முழுவதையும் தேடலிலும் கற்பிப்பிப்பதிலுமே கழித்தவர். முடிவில்லாப் பாதை என்ற புதுமைக் கருத்தை நிலை நிறுத்தியவர்.

1892-ஆம் ஆண்டு மார்ச் 10-ஆம் நாள் அமெரிக்காவின் நியூயார்க் நகரில் பிறந்தார் இவர். இவருடைய பிறந்த நாள் கவனமாக ஆராயப்பட வேண்டியது. ஏன் தெரியுமா?

இவருடைய பெற்றோர்களும் நியூயார்க் நகரிலேயே தான் பிறந்தார்கள். இவருடைய தந்தை 1872 மார்ச் 10 அன்று பிறந்தவர். தாயாரின் பிறந்த நாள் 1872 அக்டோபர் 10.

தமது பெற்றோர்களுக்குத் தலைமகனாகப் பிறந்தவர் இவர். இவருக்கு ஒரு சகோதரரும் சகோதரியும் இருந்தார்கள். அந்தக் காலத்தில் பெரும்பாலான இளைஞர்களின் வாழ்க்கை முறை எப்படி அமைந்திருந் ததோ அப்படித்தான் இவருக்கும் அமைந்தது.

இருந்தாலும் மற்றவர்களை விட இவர் சற்று வித்தியாசமானவர் என்பதற்கான அறிகுறிகள் தெரிந்தன. எப்போதும் இனம்புரியாத சோகம் இவரது உள்ளத்தில் குடி கொண்டிருந்தது.

எதன் மீதும் பற்று இல்லாதவராக விலகி இருக்கக் கூடியவராக விளங்கினார். ஏன்தான் இந்த உலகத்தில் வந்து பிறந்தோமோ என்ற நினைப்பு அவருக்கு எப்போதும் இருந்தது. பிறப்பின் காரண மாகவே இது போன்ற இன்னலில் சிக்கிக் கொண்டதாக எண்ணத் தொடங்கினார்.

இவரது வயதை ஒத்த இளைஞர்களுக்கு இம்மாதிரியான எண்ணங்கள் தோன்றி இருக்க வாய்ப்பில்லை.

இதன் காரண மாகவே இவர் மாறுபட்ட மனிதராக விளங்கினார்.

பெற்றோர் இருவரும் ஹீப்ரூ இனத்தைச் சேர்ந்தவர்கள். இறை நம்பிக்கை கொண்டவர்கள். என்றபோதிலும் அவர்கள் தீவிரமாக யூத மதக் கொள்கைகளைப் பின்பற்றுபவர்களாக வாழ்க்கை நடத்தவில்லை.

மதக் கொள்கைகள் இவர் மேல் திணிக்கப்படவில்லை. பொதுவாக எல்லாக் குழந்தைகளுக்கும் கற்றுத் தரப்படும் பத்துக் கட்டளைகள் போன்ற விசயங்களைத் தவிர வேறு தீவிர மதச் சடங்குகளை இவர் பின்பற்ற வேண்டிய அவசியம் இல்லாமல் இருந்தது.

இவரது குடும்பத்தினர்களுக்கு வருடத்தில் இரண்டு பண்டிகைகள் மிகவும் முக்கியமானவை யாக விளங்கின. ஒன்று ஈஸ்டர். மற்றொன்று கிறிஸ்துமஸ். இதற்கு மத நம்பிக்கை அடிப்படையிலான முக்கியத்துவம் எதுவும் இருக்கவில்லை.

இந்தப் பண்டிகைகளின்போது பெரியவர்கள் குழ்நதைகளுக்குப் பல பரிசுகளைக் கொடுப்பார்கள். கொடுப்பதும் பெறுவதும் மகிழ்ச்சியூட்டும் நிகழ்வுகள் என்பதால் பெரியவர்களும் சிறியவர் களும் இந்தப் பண்டிகைகளை ஆவலோடு எதிர்பார்ப்பது வழக்கம்.

மத நம்பிக்கைகளுக்கோ சடங்குகளுக்கோ அத்துணை முக்கியத்துவம் தரப்படாத சூழ்நிலையில் இவர் வளர்ந்து வந்தார். இவரது தாயார் கற்றுக் கொடுத்த ஒரு சில அறிவுரைகளை மட்டும் இவர் பின்பற்றினார்.

பத்துக் கட்டளைகளின்படி நடந்து கொண்டால் எந்தத் துன்பமும் அணுகாது என்பது இவரது தாயார் சொன்ன கருத்துக்களில் முக்கியமானதாகும்.

இவற்றைப் பின்பற்றி நடந்தாலே நல்ல குடிமகனாக விளங்க முடியும் என்று அவர் கற்பித்திருந்தார். இதற்கும்

மேலாக மதம் பற்றிய கருத்துக்களை அறிய வேண்டுமானால் அதற்கு முழுச் சுதந்திரமும் வழங்கப்பட்டது.

இவருக்கு எந்த வழி ஏற்புடையதாகத் தோன்றுகிறதோ அதன்படி நடந்து கொண்டு உண்மையை உணரவும் ஊக்குவிக்கப்பட்டார். ஆகவே மதம் ஒரு தடையாகவோ தளையாகவோ இவரது வாழ்க்கையில் குறுக்கிடவில்லை.

இவருக்குப் பன்னிரெண்டு வயது நடந்து கொண்டு இருந்தபோது இவரது தாயார் ஒரு முக்கியக் கருத்தை வெளியிட்டார். மத நம்பிக்கைகளைப் பற்றியும் இறைக் கோட்பாடுகள் குறித்தும் விரிவாகத் தெரிந்து கொள்ள முயற்சிக்க வேண்டிய தருணம் இது என்று குறிப்பிட்டார்.

யூதர்களுக்கு ஒரு நம்பிக்கை உண்டு. பதின்மூன்று வயதை அடையும் ஒரு சிறுவன் தனது வாழ்வின் அடுத்த கட்டத்திற்குள் நுழைகிறான் என்று இவர்கள் நம்புகிறார்கள். சிறுவன் என்ற நிலையில் இருந்து மனிதன் என்ற நிலைக்கு ஒருவன் இந்த வயதில்தான் உயர்கிறான் என்று கருதுகிறார்கள்.

இத்தகைய இளைஞன் தனது எதிர்காலம் எப்படி அமைய வேண்டும் என்பதை இந்த வயதில் தீர்மானிக்க வேண்டும் என்று யூதர்கள் விரும்புகிறார்கள். இவரது தாயாரின் விருப்பமும் அந்த வகையிலேயே அமைந்திருந்தது.

எனவே இவருக்குப் பன்னிரெண்டரை வயது நடந்து கொண்டு இருந்தபோது யூத மத ஆலயம் ஒன்றில் கொண்டு போய்ச் சேர்த்தார்கள். அப்படிச் செய்தால்தான் பதின்மூன்று வயதை அடையும் போது இவர் சரியான முடிவை எடுக்க முடியும் என்று அவர்கள் நினைத்தார்கள்.

அப்போதுதான் பள்ளிப் படிப்பின் எட்டாம் நிலையை முடித்திருந்தார் இவர். உயர்நிலைப் பள்ளிப் படிப்பை இவரால் ஒரு சில மாதங்கள் மட்டுமே தொடர முடிந்தது. இடையில் ஒரு தடை.

பள்ளியின் முதல்வரோடு இவர் ஒரு வாக்குவாதத்தில் ஈடுபடவேண்டியதாயிற்று. அதன் காரணமாகப் பள்ளிப் படிப்பைத் தொடர முடியாமல் போயிற்று.

அதற்கு முந்தைய எட்டு ஆண்டுகளிலும் கூட இவர் எல்லா நாட்களிலும் பள்ளிக்குப் போய்வந்தார் என்று சொல்வதற்கில்லை.

அக்கம் பக்கத்தில் எங்காவது நாடகங்கள் நடைபெறுமானால் வகுப்பைப் புறக்கணித்து விட்டு அங்கே போய்விடுவார். பகல் காட்சிகளாக ஷேக்ஸ்பியரின் நாடகங்கள் எங்காவது நடத்தப்படுமானால் தவறாமல் இவரை அங்கே பார்க்கலாம். ஆகையால் இவரது பள்ளிப் படிப்பிற்கு அவ்வப்போது இடையூறுகள் ஏற்பட்டது தவிர்க்க முடியாத ஓர் அங்கமாக ஆகிவிட்டது.

நாடகங்கள் இவரைப் பெரிதும் ஈர்த்தன. ஏறக்குறைய இது ஒரு பைத்தியம் என்று சொல்லும் அளவுக்கு இவரது விருப்பம் வளர்ந்திருந்தது. அந்த வயதில் இது தேவையில்லாத திசைதிருப்பியாக மற்றவர்களின் பார்வையில் தோன்றக்கூடும். ஆயினும் இவர் தனது பிற்கால வாழ்வில் புகழ் பெற்ற பேச்சாளராகப் பரிணமித்த போது ஷேக்ஸ்பியர் நாடகங்களில் இருந்து மேற்கோள்களை அட்சரம் பிசகாமல் எடுத்துச் சொல்ல இது இவருக்கு உதவியது. கேட்போரது உள்ளங்களைக் கொள்ளை கொள்வதாக இந்தப் பழக்கம் அமைந்தது.

முறைப்படியான பள்ளிக் கல்வி இவருக்கு ஒத்து வராது என்பது புரிந்து போயிற்று. பள்ளியை விட்டு வெளியேறியாக வேண்டிய கட்டாயம். வேறு வழியின்றி அந்த முடிவை எடுக்க வேண்டியதாயிற்று. உடனே அவர் பள்ளியை விட்டு நின்றுவிட்டார்.

மகனின் எதிர்காலம் பாழாகிவிடக் கூடாதே என்ற கவலை தந்தைக்கு இருக்கும் இல்லையா? தொழிலைக் கொஞ்சம் கற்றுக் கொடுப்போம் என்று எண்ணி அதற்கான முயற்சிகளைத் தொடங்கினார் இவரது தந்தை.

வெளிநாடுகளிலிருந்து பல்வேறு பொருட்களை இறக்குமதி செய்யும் தொழிலில் பயிற்சி கொடுக்கலானார் அவர். இவரும் அதை ஓரளவு விருப்பத்துடனேயே ஏற்றுக் கொண்டார். காலம் வேகமாக உருண்டோடியது.

இப்போது இவருக்கு வயது பதினாறரை. இவரது தந்தை இவரை ஐரோப்பாவிற்கு இட்டுச் சென்றிருந்தார். அலங்காரப் பின்னல் ஆடைகளைத் தயாரிக்க உதவும் பலவிதத் தயாரிப்புகளைக் கொள்முதல் செய்வதற்காக இவரது தந்தை பயணத்தை மேற்கொண்டிருந்தார்.

தமக்கு ஏற்ற உதவியாளராகத் தமது மகன் செயல்பட வேண்டும் என்பது அவரது விருப்பம். அதனால் அவருக்கு அனுபவமும் கிடைக்கும். பயிற்சி பெற்ற மாதிரியும் இருக்கும். இந்த எதிர்பார்ப்புடன் அவர் மகனை அழைத்துச் சென்றிருந்தார்.

தாம் கற்றுக் கொடுத்ததை விடவும் தமது மகன் அதிகத் திறமை பெற்றவராக விளங்குவதைக் கண்கூடாகக் கண்டார் இவரது தந்தை. எந்தப் பொருளை எந்த இடத்தில் எவ்வளவு விலையில் கொள்முதல் செய்ய வேண்டும் என்பதில் இவர் சரியான முடிவுகளை எடுத்தார். நீண்ட காலம் இதே தொழிலில் இருப்பவர்கள் கூட அவ்வாறு செயல்பட இயலாது.

இவர் தமது உள்ளுணர்வு உணர்த்தியபடியே கொள் முதல் நடவடிக்கைகளை மேற்கொண்டதாகச் சொல்வார். அவரது செயல்பாடு மிகவும் திறமையாகனதாகவும் லாபகரமானதாகவும் இருந்தன.

அடிக்கடி இந்த மாதிரியான வணிகம் தொடர்பான பயணங்களை மேற்கொள்ள வேண்டிய தேவை வந்தது. வெளி உலகத்துடனான இவரது தொடர்புகளும் விரிவடைய ஆரம்பித்தன. வாழ்க்கையின் முக்கியமான கட்டங்கள் இப்படிக் கழிந்து கொண்டிருந்தபோது இவரிடம் ஓர் ஏக்கம் தலை தூக்கிற்று.

18 தடைகளைத் தகர்த்த அறிவியல் தன்னம்பிக்கையாளர்கள்

அதற்கான காரணம் இயல்பானது. இவர் குழந்தையாக இருந்த கால கட்டங்களில் இவரது குடும்பத்தில் யாருக்காவது ஒருவருக்கு உடல் நலம் இல்லாமல் போய்விடும். உடனே மருத்துவரைத் தேடி ஓட வேண்டி இருக்கும்.

இதைக் கவனித்த இவருக்கு அந்த இளம் வயதிலேயே ஓர் ஆவல் எழுந்தது. மருத்துவம் படிக்க வேண்டும் என்பதே அந்த ஆசை. மருத்துவம் படித்து மருத்துவர் ஆகிவிட்டால் தமது குடும்பத்தினரின் தொல்லைகளைப் போக்கலாமே என்று சிந்தித்தார் இவர்.

தனது இந்த இளம் வயதுக் கனவு நிறைவேறாமல் போனதில் இவருக்குச் சிறிது வருத்தம் இருந்தது உண்மை. மருத்துவக் கல்லூரியில் சேர்ந்து படிக்கத்தான் முடியாமல் போய்விட்டது என்றாலும் மருத்துவ நூல்களை அவ்வப்போது படிப்பது இவருக்குப் பிடித்தமான பொழுதுபோக்காக இருந்தது.

1915-ஆம் ஆண்டில் ஒரு நாள். இவரது தந்தை ஐரோப்பியப் பயணத்தை மேற்கொண்டிருந்த நேரம். திடீரென்று அவருக்கு உடல் நலம் குன்றியது. அவசரம் அவசரமாக மருத்துவமனைக்கு எடுத்துச் சென்றார்கள்.

மிகவும் கடுமையான நோய்த் தாக்குதல் என்பதால் இரண்டு மாதங்கள் வரையிலும் மருத்துவமனையிலேயே தங்கிச் சிகிச்சை பெறவேண்டிய நிலை ஏற்பட்டது. ஏறக்குறைய மரணத்தின் வாயிலையே தொட்டுத் திரும்பினார் என்றுதான் சொல்ல வேண்டும்.

இந்த இடைவெளியில் இவர் தமக்கு அறிமுக மான ஒரு பெண்மணியின் தந்தையைப் பற்றித் தமது தந்தையிடம் எடுத்துக் கூறினார். அந்த மனிதர் தமது மன ஆற்றலைப் பயன்படுத்தி நோய்களைக் குணமாக்குவதாகக் கூறினார்.

அதையும் முயற்சி செய்து பார்ப்போமே என்று இவரது தந்தை ஒத்துக் கொண்டார். பிரார்த்தனை மூலமே குணமாக்க முடியும் என்று சொன்னவரும் வந்தார். இவரது தந்தைக்காகப் பிரார்த்தித்தார்.

படுக்கையை விட்டு எழவே முடியாத நிலையில் இருந்த இவரது தந்தை இதற்குப் பின் எழுந்து நடமாட ஆரம்பித்தார். யாராலும் இந்த அதிசயத்தை நம்ப முடியவில்லை.

நோயாளியாகக் கிடந்தவர் எழுந்திருந்து உடைகளை உடுத்திக் கொண்டார். எனக்கு எல்லாம் சரியாகப் போயிற்று வாருங்கள் வீட்டுக்குப் போவோம் என்று கிளம்பிவிட்டார்.

இந்த நிகழ்ச்சிக்குப் பின் இருபத்தைந்து ஆண்டுக் காலம் வரையில் அவர் தனக்கு ஒரு சிறு தலைவலி என்று கூடச் சொன்னது கிடையாது. தமது மனைவி மறைந்த பிறகும் கூடப் பல ஆண்டுகள் நல்ல உடல் நலத்துடனேயே விளங்கினார் என்பது உண்மை.

மருத்துவர்கள் எவ்வளவோ முயன்றும் குணமாக்க முடியாமல் இருந்த தமது தந்தைக்கு அதிசயமாக உடல் நலம் தேறியது இவருக்குப் பெரும் வியப்பை ஏற்படுத்தியது. அதனால் இவருக்கு மருத்துவத் தொழில் மீது அளவற்ற ஈடுபாடும் ஏற்பட்டது.

எப்படி இது சாத்தியமாகிறது என்ற கேள்வி இவருள் எழுந்தது. அடிக்கடி உலகப் பயணம் மேற்கொண்டிருந்த அனுபவம் இவரது ஆவலை மேலும் அதிகரித்தது. விடை காண முடியாத கேள்விகள் பலவற்றிற்கும் தீர்வு காண வேண்டும் என்று தீர்மானித்துக் கொண்டார்.

அப்போது முதலாம் உலகப் போர் மூண்டிருந்த நேரம். ஜெர்மனியை வீழ்த்த வேண்டும் என்ற நோக்கம் உலகின் பிற நாடுகள் அனைத்திலும் வேரூன்றிக் கொண்டிருந்தது. இவரும் அதற்கு விதிவிலக்காக இருந்திருக்க முடியாது.

தாமே முன் வந்து அமெரிக்கக் கடற்படையில் உறுப்பினர் ஆனார். கடற்படை வீரராகப் பயிற்சி பெறுவது என்பது அத்தனை எளிதான செயலல்ல.

பார்ரிஸ் தீவு என்ற இடத்தில் இவருக்குக் கடற்படைப் பயிற்சி அளிக்கப்பட்டது. அது மிக மிகக் கடினமான பயிற்சி என்பதைச் சொல்லத் தேவையில்லை.

கடுமையான பயிற்சிக்கு இடையிலும் சிறிது ஓய்வு கிடைக்கத்தான் செய்தது. அப்போது இவரைப் போலவே பயிற்சியில் கலந்து கொண்டவர்களில் சிலர் ஒன்றாக அமர்ந்து பல்வேறு விசயங்களைப் பற்றி விவாதிப்பார்கள்.

தன்னை ஒரு கன்னத்தில் அடித்தவனுக்கு மறு கன்னத்தையும் காட்டு என்கிறார் ஏசுநாதர். அவரது போதனைகளையும் பின்பற்ற வேண்டும். போர் வீரராகப் போர்க் களத்தில் பல எதிரிகளைக் கொலை செய்யவும் வேண்டும்.

இது முன்னுக்குப் பின் முரண்பட்டதாக இருக்கிறதே என்று குழம்பினார். போரில் நமது அணி வெற்றி பெற வேண்டும் என்றுதானே எல்லா ஆலயங்களும் வேண்டுகின்றன? எதிரிகளுக்கும் நல்லதே நடக்க வேண்டும் என்று விரும்புவதற்கு இவர்களுக்கு ஏன் தோன்றவில்லை?

இப்படியொரு கேள்வி இவரது உள்ளத்திற்குள் எழுந்தது. மேலோட்டமாகப் பார்த்தால் இவர் எதிரிகளுக்காகப் பரிதாபப்படுகிறார் என்ற உணர்வு தோன்றலாம். ஆனால் இவரது எண்ண ஓட்டத்தில் இழையோடிக் கொண்டிருந்த மனித நேயம் மாண்பு மிக்கது.

எதிரிகள் என்னதான் மாக்களாக நடந்து கொண்டாலும் அவர்களையும் மக்களாக மாற்ற வேண்டும் என்று விரும்புவதுதான் உண்மையான மனிதப் பண்பாக இருக்க முடியும் என்ற கருத்து இவருக்குள் ஆழமாகப் பதிந்தது.

ஒரு வழியாகப் போர் முடிவுக்கு வந்தது. அதனுடன் கூடவே இவரது தந்தை செய்து வந்த இறக்குமதித்

தொழிலும் முடிந்து போனது என்று கருத வேண்டிய கட்டாயம் ஏற்பட்டது. இனியும் அந்தத் தொழிலைத் தொடர வாய்ப்பு இருக்கவில்லை. கைகளால் தயாரிக்கப் படும் ஆடைகளைச் சீண்டுவார் இல்லாமல் போனது. இயந்திர மயமாக்கத்தின் மூலம் நெய்து குவிக்கப்பட்ட துணிகள், அதிக எண்ணிக்கையில் உற்பத்தி செய்யப்பட்ட ஆடைகள் சந்தையை ஆக்கிரமித்துக் கொண்டன.

அதுவரை இவரது குடும்பம் செய்து வந்த இறக்குமதி வர்த்தகம் ஒன்றுமில்லாமல் போனது. குடும்பத்தைக் கட்டிக் காக்க வேண்டுமே? அதற்குத் தொழிலைக் காப் பாற்ற வேண்டுமே? என்ன செய்வது என்று யோசித்துக் கொண்டிருந்தார் இவர்.

எவ்வளவுதான் கடினமாக உழைத்தாலும் பலன் ஒன்றும் இல்லாத நிலையே ஏற்பட்டது. தொழில் நலிவடைந்தது. எல்லாத் திசைகளிலுமிருந்தும் இன்னல்கள் இவர்மேல் படையெடுக்கத் தொடங்கின.

இடைவிடாத உழைப்பு இவரது உடல் நலத்தைக் காவு கொண்டது. காச நோய் இவரைத் தாக்கியது. மருத்துவர்கள் நாள் குறித்து விட்டார்கள். இனி எப்படிப் போனாலும் மூன்று மாதங்களுக்கு மேல் இவரால் உயிர் வாழ இயலாது என்று தெரிவித்துவிட்டார்கள்.

மருத்துவ உலகம் இவரைக் கைவிட்டு விட்டது. தமது தந்தைக்குச் செய்த பிரார்த்தனை முறையிலான சிகிச் சையை முயன்று பார்த்தால் என்ன என்று இவருக்குத் தோன்றியது. அதற்கான ஏற்பாடுகளைச் செய்தார்.

நிச்சயமாக இந்த வழியில் தம்மால் குணமடைய முடியும் என்ற நம்பிக்கை இவருக்கு இருந்தது. உனது நம்பிக்கையே உன்னைக் குணமாக்கிற்று என்பார் ஏசுநாதர். இவருக்கும் அந்த நம்பிக்கைதான் நலமளித்தது.

மூன்று மாதங்களுக்குள் இறந்தே போவார் என்று சொல்லப்பட்டவர் அதே மூன்று மாதங்கள் கழித்து நல்ல உடல் நலத்தோடு எழுந்து நடமாடத் தொடங்கினார்.

இதை இவர் எடுத்துச் சொன்னால் யாருமே நம்பத் தயாராக இருக்கவில்லை. அப்படி எந்த அதிசயமும் இந்தக் காலத்தில் நடக்காது என்று அடித்துச் சொன்னார்கள்.

உங்களுக்குக் கடுமையான காச நோய் கண்டிருப்பதாகச் சொன்ன மருத்துவர்கள் உங்களது நோய் பற்றித் தவறாகக் கணித்திருக்க வேண்டும்ஃ இல்லாவிட்டால் நீங்கள் இப்படி உயிரோடு இருக்க முடிந்திருக்காது என்று சொன்னார்கள்.

இவர் தகுந்த மருத்துவ ஆதாரங்களைத் தருவதாகச் சொன்னார். புகுகதிர் படங்களைக் காட்டினார். அவற்றில் இவருக்கு ஒரு பக்க நுரையீரல் மட்டுமே இருப்பது தெளிவாகத் தெரிந்தது. மறுபக்க நுரையீரல் இருக்க வேண்டிய இடத்தில் வெறும் தசைச் சுவர் மட்டுமே இருந்தது.

குடும்பத் தொழிலும் குலைந்து போனது. முன்னைப் போல் வியாபாரம் செழிப்பாக நடக்கவில்லை. திரும்பவும் இவர் ஊர் ஊராக அலைய வேண்டிய கட்டாயம் ஏற்பட்டது.

அதுவரை செய்யாத பல புதிய முயற்சிகளை மேற்கொண்டார். என்னென்னவோ பொருட்களை வாங்கி விற்பதைத் தொழிலாகச் செய்தார். அவை எல்லாமே பெரும்பாலும் பெண்கள் அணியக் கூடிய ஆடைகள் தொடர்பானவையாகவே இருந்தன.

அப்போதெல்லாம் இவருக்கு எந்தவிதமான வேறுபாடும் தெரியவில்லை. உள்ளத்தின் ஆற்றலை உணர்ந்தவர் போல் அவர் நடந்து கொண்டதில்லை. இருந்தாலும் இவரிடம் ஏதோ ஒரு வித்தியாசமான பண்பு தெரிந்தது. அது வாடிக்கையாளர்களுக்குப் பிடித்திருந்தது.

அதன் காரணமாகவே இவர் வியாபாரத்தில் வெற்றி அடைந்தார். பத்தோடு பதினொன்றாக இவரும் ஒரு வியாபாரி என்று சொல்ல இயலாத வகையில் வேறுபட்ட மனிதராக இவர் விளங்கினார்.

எந்தப் பொருளை விற்க விரும்பினாலும் விற்பனைப் பிரதிநிதி ஒவ்வொரு வீடாகப் போய் வர வேண்டி இருக்கும். அப்படிப் போய்ச் சந்தித்து தங்கள் பொருளைப் பற்றி எடுத்துச் சொன்னவுடனேயே எல்லாரும் நான் இந்தப் பொருளை வாங்கிக் கொள்கிறேன் என்று முன்வர மாட்டார்கள்.

அந்தப் பொருள் ஏன் தேவைப்படவில்லை என்பதற்கான காரணங்களை அடுக்குவார்கள்.

அவர்களது மறுப்பை விற்பனைப் பிரதிநிதி சமாளித்தாக வேண்டும். எப்படியாவது அந்தப் பொருளை அவரிடம் விற்பனை செய்வதில் வெற்றி பெற வேண்டும்.

விற்பனைப் பொருள் தரமானதாக இருந்து அதைத் தயாரிக்கும் நிறுவனமும் பிரபலமானதாக இருந்தால் விற்பனையாளர் பெரிய முயற்சி எதையும் மேற்கொள்ளத் தேவை இருக்காது. வாங்குகிறவர்களும் நம்பி வாங்குவார்கள்.

வந்திருக்கும் விற்பனைப் பிரதிநிதி வெறுமனே பொருளை விற்பதற்காக மட்டும் வந்திருக்கிறார் என்று எண்ணாமல் ஒரு சேவையை அளிக்க வந்துள்ளார் என்று நம்புவார்கள்.

இவர் மிகச் சிறந்த திறமை கொண்ட விற்பனையாளராகப் பல ஆண்டுகள் பணியாற்றி இருக்கிறார். ஆனால் நாட்கள் செல்லச் செல்ல இவரது வியாபாரம் படுத்தது. கழுதை தேய்ந்து கட்டெறும்பு ஆன கதை ஆயிற்று.

என்னதான் முயன்றாலும் இந்தத் தொழிலால் பயனில்லை என்கிற நிலைக்கு வந்துவிட்டார். இதை விட்டால் வேறு தொழிலும் இவருக்குத் தெரியாது. இந்த மன உளைச்சல் காரணமாகவோ என்னவோ இவருக்குக் கடுமையான சளி பிடித்துக் கொண்டது.

டெட்ராய்ட் நகரில் இருந்த போது இவருக்கு நோய் கடுமையாயிற்று. அங்கு ஓரிடத்தில் கூட்டம் ஒன்று கூடி இருப்பதைக் கண்டார்.

மத நம்பிக்கையாளர்கள் பலர் அங்கு திரண்டிருந் தார்கள். அறிவிப்புப் பலகையில் அந்தக் கூட்டத்தை நடத்துபவரின் பெயர் எழுதப்பட்டிருந்தது. இவர் நேராக அந்த நபரிடம் சென்று தனது நோயைக் குணப்படுத்த அவரால் ஆகுமா என்று விசாரித்தார்.

அவருக்குக் கிடைத்த பதில் அவரைச் சோர்வடைய வைத்தது. அன்றைய தினம் சனிக் கிழமை. சனிக் கிழமைகளில் அந்த நபர் எந்த நோயாளியையும் கவனிக்க மாட்டாராம். அன்றைக்கு முழுவதையும் பிரார்த்த னையிலும் தியானத்திலும்தான் கழிப்பாராம்.

இந்தப் பதிலைக் கேட்டு இவருக்குக் கோபம் வந்திருக்க வேண்டும். பொறுத்துக் கொண்டார்.

என்னுடைய நிலையைப் பாருங்கள். இந்த நிலையில் இருப்பவனைக் கை விடத் தோன்றாது உங்களுக்கு என்று வாதாடினார். இவரது பேச்சில் இருந்த உண்மை அந்த மனிதரை அசைத்தது.

சரி வாருங்கள் என்று உள்ளே அழைத்தார். இரண்டு மணி நேரம் தன்னுடன் தங்கி இருக்குமாறு பணித்தார். பல்வேறு நம்பிக்கைகள் பற்றிப் பேசினார். உண்மைகளை விளக்கினார். அந்த இரண்டு மணி நேரம் முடிவதற்குள் ளாகவே இவருக்கு உடல் நலம் தேறிற்று.

மிகுந்த மகிழ்ச்சி கொண்டவராக அந்த இடத்தை விட்டு இவர் வெளியேறினார். புகை பிடிக்க வேண்டும் என்கிற உணர்வே இல்லாமல் போனதை உணர்ந்தார். அது மட்டுமல்ல. உணவருந்த உட்கார்ந்த போது மது அருந்த வேண்டும் என்ற விருப்பமும் எழாமல் இருந்ததைப் புரிந்து கொண்டார்.

ஒரு வாரம் கழிந்தது. சீட்டுக் கட்டைக் கையால் தொடுவது கூடத் தகாத செயல் என்பது போல் தோன்றியது. அப்புறம் குதிரைப் பந்தயம் பக்கம் தலைவைத்துக் கூடப்படுக்காதவர் ஆனார். இவை எல்லா

மாகச் சேர்ந்து அது வரை இருந்து வந்த வணிகர் என்ற நிலையிலிருந்து இவரை முற்றிலுமாக மாற்றி அமைத்தன. மனிதர் ரொம்பவும்தான் மாறிப் போய்விட்டிருந்தார்.

ஒரு நாள் இவர் தமது வாடிக்கையாளர் ஒருவரைச் சந்திக்க நேர்ந்தது. அந்த அம்மையார் தாம் நோய்வாய்ப் பட்டிருப்பதாகவும் இவர் நினைத்தால் தம்மைக் குணமாக்கிவிட முடியும் என்றும் சொன்னார். அந்தப் பெண்மணி எதை வைத்து அப்படிச் சொன்னார் என்பது இவருக்கு விளங்கவில்லை.

இவருக்கும் அப்படியொன்றும் குணமாக்கும் வித்தை எதுவும் தெரியாது. நான் ஆழ்ந்த உறக்கத்தில் இறங்குகிறேன் என்று சொல்ல வைப்பதற்கு மேல் இவரால் வேறு எதுவும் செய்ய முடியாதிருந்த நிலை.

என்னால் தங்களை முழுமையாகக் குணப்படுத்த இயலாது அம்மணி என்று எடுத்துச் சொல்லிப் பார்த்தார். ஆனால் அந்தப் பெண் ஒத்துக் கொள்வதாக இல்லை. தங்களால் என்னைக் கண்டிப்பாகக் குணமாக்க முடியும் என்றார்.

தனக்காக இவர் வேண்டிக் கொள்வாரேயானால் நிச்சயம் பலன் கிடைக்கும் என்று அந்தப் பெண் உறுதியாகத் தெரிவித்தார். சரி அவரது நம்பிக்கையை வீணாக்குவானேன் என்று கருதிய இவர் தமது கண்களை மூடிக் கொண்டு இது என்னால் இயலுமா என்று கேட்க ஆரம்பித்தார்.

யாரோ அவரிடம் காதில் பேசியது போல் இருந்தது. மனிதன் குணமாக்கும் வல்லமை படைத்தவனல்ல என்று சொல்வது போல் அவரது காதில் ஒலித்தது.

கண்களைத் திறந்தார். இவ்வளவுதான் அவர் செய்த வைத்தியம். ஆனால் அந்தப் பெண் ரொம்பவும் திருப்தி அடைந்தவராகக் காணப்பட்டார்.

மிகுந்த குடிப் பழக்கத்திற்கு அடிமையாகி இருந்த அந்தப் பெண் அதை முற்றிலும் துறந்துவிட்டதாக அறிவித்தார். இதை இவரால் நம்பவே முடியவில்லை.

மறுநாள் விற்பனைப் பிரதிநிதி ஒருவர் இவரைத் தேடிக்கொண்டுவந்தார். தாங்கள் எந்தமதத்தைச் சார்ந்தவர் என்பது எனக்குத் தெரியாது. ஆனால் ஒன்று மட்டும் உண்மை.

தாங்கள் எனக்காகப் பிரார்த்தனை செய்தீர்கள் என்றால் நான் குணமடைவேன் என்று அந்த விற்பனைப் பிரதிநிதி இவரிடம் எடுத்துச் சொன்னார்.

இவருக்கோ தயக்கமாக இருந்தது. நோயுற்றவர்களைக் குணமாக்குவதில் இவர் வெற்றி பெற்றுவிட்டவர் என்று சொல்வதற்கில்லை.

வந்திருந்தவரோ இதை ஒத்துக் கொள்ளக் கூடியவராகத் தெரியவில்லை. எந்தச் சமாதானமும் சொல்ல வேண்டாம். வாருங்கள்ஃ. இரண்டு பேருமே கண்களை மூடிக் கொண்டு பிரார்த்திக்க ஆரம்பிப்போம் என்று சொல்லிவிட்டார்.

இவருக்கும் வேறு வழி இருக்கவில்லை. கண்களை மூடினார். இதோ என்னுடைய இரண்டாவது வாடிக்கையாளர் வந்திருக்கிறார் என்று மனதுக்குள் மெல்ல முணுமுணுத்தார். கண்களை இன்னும் திறக்கவில்லை.

அப்போது இவருடைய கையை அந்த விற்பனைப் பிரதிநிதி மெதுவாகத் தொட்டார். போதும்ஃ எனது வலி முழுவதுமாக நீங்கிவிட்டது. நான் நலம் பெற்றுவிட்டேன் என்று அவர் சொல்வது தெளிவாகக் காதில் விழுந்தது.

இதனையடுத்து தினமும் பல பேர் இவரைத் தேடி வர ஆரம்பித்தார்கள். அவர்களில் பலர் இவரது வாடிக்கையாளர்கள். மேலும் பலர் புதியவர்கள். நோயாளிகள்.

தனக்குள் என்னவோ மாறுதல் ஏற்பட்டிருக்கிறது என்பதை உணர்ந்தார் இவர். என்ன நடந்தது என்பது புரியவில்லை. ஆனால் ஏதோ ஒன்று நிகழ்ந்திருக்கிறது. அது மனதில் ஆழமாகப் பதிந்திருக்கிறது.

அதுவரை வாழ்க்கை என்பது வணிகம், கொண்டாட்டம் என்று மட்டுமே உணர்ந்து வந்திருந்த ஒருவருக்கு இது புது அனுபவமாக இருந்தது. இந்த விநோதம் புரிந்து கொள்ள முடியாத ஒரு சிலிர்ப்பை உருவாக்கியது.

தமக்குள் இரண்டு மனிதர்கள் இருப்பதைப் போல் உணர்ந்தார். ஒருவர் சாதாரண உலக ஆசாபாசங்களுக்கு உட்பட்டவர். இன்னொருவர் உன்னதமான ஆற்றல் படைத்த மனிதர்.

இந்த மாற்றம் எப்படி வந்தது என்று யோசிக்கலானார். சனிக்கிழமை வந்ததானால் எந்த நோயாளியையும் குணமாக்குவதில்லை என்பதை வழக்கமாகக் கடைப்பிடித்த ஒருவரைத் தமது கோரிக்கைக்கு இணங்க வைத்ததை நினைத்துப் பார்த்தார்.

அந்த மனிதர் காசுக்காக யாரையும் குணப்படுத்துபவர் இல்லை. தமது கொள்கையைத் தளர்த்திக் கொண்டு அன்று சனிக்கிழமையாக இருந்தபோதிலும் பிரார்த்தனை செய்த அந்த மனிதரையே தமது வழிகாட்டியாகக் கொண்டார் இவர்.

பலனை எதிர்பாராமல் பிறருக்கு உதவுவதே வாழ்க்கையின் பேரின்பம் என்பதை உணர்ந்தார். அதைச் செயல்படுத்தவும் ஆரம்பித்தார்.

தமது அனுபவங்களை நூலாக்கினார். உலகெங்கும் பயணம் செய்து சொற்பொழிவாற்றினார். இவரது நூல் பற்றியோ கூட்டங்கள் பற்றியோ எந்த ஒரு அறிவிப்பும் வெளியிடப்பட்டதில்லை. விளம்பரமும் செய்யப்படவில்லை.

இருந்தாலும் மக்கள் பெருந் திரளாக வந்திருந்து பங்கேற்றார்கள். இவரைப் பின்பற்ற ஆரம்பித்தார்கள். உலகம் முழுவதும் இவருக்குத் தொண்டர்கள் உருவானார்கள்.

இவர் ஆற்றிய உரைகள் ஒலிநாடாக்களாகத் தொகுக்கப்பட்டன. முப்பதுக்கும் மேற்பட்ட புத்தகங்கள் அச்சிடப்பட்டன. இவரது முப்பது வருட அனுபவங்கள் இவற்றில் இழையோடுவதைக் காணலாம்.

தன்னை உணர்ந்து கொண்டால் தரணியில் எதுவும் சாத்தியமே என்பதை மெய்ப்பித்தவர் இந்த ஜோயல் எஸ்.கோல்ட்ஸ்மித் (JOEL S. GOLDSMITH).

3 நிலவைத்தொட்ட எண்ணங்களுக்குச் சொந்தக்காரர்

James Dillet Freeman ஜேம்ஸ் டில்லட் ப்ரீமன்

விண்ணளாவிய புகழ் கொண்ட கவிஞர் என்று இவரைப் போற்றினார்கள். நவீன கால ரால்ப் வால்டோ எமர்சன் என்றார்கள்.

அத்தகைய புகழுரைகளுக்குத் தகுதி உடையவராகவே வாழ்ந்து காட்டியவர் இவர்.

மிகச்சிறந்த எழுத்தாளராகவும் அதைவிடச் சிறந்த கவிஞராகவும் திகழ்ந்தார் இவர். இவரது கவிதைகளை ஐம்பது லட்சத்திற்கும் அதிக மானவர்கள் விரும்பிப் படித்தார்கள்.

நிலவுப் பயணத்தின்போது விண் வெளிக்கு எடுத்துச் செல்லப்பட்ட பெருமை பெற்ற கவிதைகள் இவருடையவை. இரண்டு முறை இவ்வாறு இவரது கவிதைகள்

கொண்டு செல்லப்பட்டன. வேறு எந்தக் கவிஞருக்கும் இந்தப் பேறு வாய்க்கவில்லை என்பது குறிப்பிடத்தக்கது.

1969 ஜூலை 11. இந்த நாளை மனித குலம் மறக்க முடியாது. அன்றுதான் முதன் முதலாக மனிதன் நிலவில் கால் அடி எடுத்து வைத்தான். இந்தச் சாதனையை நிகழ்த்தியவர்கள் குழுவில் இடம் பெற்றிருந்தவர் எட்வின் ஆல்ட்ரின்.

ஆல்ட்ரினின் கையில் அப்போது இருந்த கவிதை இவர் 1941-ஆம் ஆண்டில் எழுதியது. 1971-ஆம் ஆண்டில் அப்பல்லோ 15 விண்கலத்தில் சென்ற கர்னல் ஜேம்ஸ் பி. இர்வின் என்பவரும் இவரது கவிதையையே எடுத்துச் சென்றார். இந்தக் கவிதை 1947-இல் எழுதப்பட்டது.

இதன் நுண்பட நகல் ஒன்று நிலவிலேயே இருக்குமாறு விட்டுவரப்பட்டிருக்கிறது.

இவரது கவிதைகள் தினமும் பத்திரிகைகளில் வெளி வந்து கொண்டிருந்தன. மாதந்தோறும் இவர் எழுதிய கட்டுரைகளை மக்கள் பெரும் எதிர்பார்ப்புடன் படித்தார்கள்.

தலைசிறந்த எழுத்தாளராகவும் பேச்சாளராகவும் இவர் அறியப்பட்டார். ஐம்பது ஆண்டுகளுக்கும் மேலாகத் தமது கருத்துக்களைப் பரப்பி வந்த இவர் அதற்குப் பிறகு தாம்வகித்து வந்த பொறுப்புகளிலிருந்து விடுவித்துக் கொண்டார்.

ஆண்டுக்கு முப்பது லட்சம் பேர் பங்கு கொள்ளும் நிகழ்ச்சிகளை நடத்தும் பொறுப்பைத் திறம்படச் செய்து வந்தவர் இவர். இவ்வாறு பதின்மூன்று ஆண்டுகள் சேவை யாற்றி இருக்கிறார்.

தமது நேரமும் உழைப்பும் எழுத்திற்கும் பேச்சிற்குமே அதிகம் ஒதுக்கப்பட வேண்டும் என்ற கருத்தைக் கொண்டிருந்தார். அதன் காரணமாகவே தாம் வகித்து வந்த பல பொறுப்புகளை விட்டு விலகினார்.

30 தடைகளைத் தகர்த்த அறிவியல் தன்னம்பிக்கையாளர்கள்

இவர் எடுத்த முடிவு முற்றிலும் சரியானதே என்பதைக் காலம் மெய்ப்பித்தது. உலகம் போற்றும் உன்னதக் கவிஞராக இவர் பரிமளித்தார். சிறந்த எழுத்தாளர் என்று போற்றப் ணபட்டார். பேச்சாளராகவும் பெரிதும் விரும்பப் ணபட்டார்.

1912-ஆம் ஆண்டு அமெரிக்காவின் டிலாவேர் பகுதியில் உள்ள வில்மிங்டன் என்ற இடத்தில் பிறந்தார் இவர். இவருக்குப் புத்து வயது நடந்து கொண்டு இருந்தபோது இவரது குடும்பம் கான்சாஸ் நகருக்குக் குடிபெயர்ந்தது. இவரும் அவர்களைப் பின்பற்றிச் சென்றார்.

கான்சாஸ் நகரப் பொதுப் பள்ளியில் கல்வி பயின்ற இவர் மிசௌரி பல்கலைக் கழகத்தில் 1932-ஆம் ஆண்டு ஹானர்ஸ் பட்டம் பெற்றார்.

படிக்கும் காலத்திலேயே கவிதை எழுதும் பழக்கம் கொண்டவராக விளங்கினார். கல்லூரியை விட்டு வெளியேறிய நிலையில் இவரது கவிதைகள் பல முக்கிய இதழகளில் வெளியாகத் தொடங்கின.

படித்துக் கொண்டிருந்த காலத்திலேயே மாணவர்கள் பங்கேற்கும் நிகழ்ச்சி ஒன்றில் கலந்து கொள்ள வாய்ப்புக் கிடைத்தது. அது இவருக்கு மிகவும் பிடித்த ஒன்றாக அமைந்தது.

பட்ட மேற் படிப்பை முடித்ததும் அதே துறையில் இவரும் இணைந்தார். பள்ளிப் பிரார்த்தனைகளுக்கான கடிதங்களை எழுது வது வேலை. இதை அவர் பெரும் விருப்பத்தோடு செய்து வந்தார்.

இத்தகைய பணிகளுக்கு மிகுந்த அர்ப்பணிப்பு உணர்வும் நல்ல மொழியறிவும் எழுத்தாற்றலும் பேச்சாற்றலும் அவசியம் என்பதை உணர்ந்தார். இவற்றில் சிறப்பான பயிற்சி பெற்றவர்கள் பெரும் எண்ணிக்கையில் தேவைப்படுகிறார்கள் என்பதையும் புரிந்து கொண்டார்.

தாமே பல இளைஞர்களுக்குப் பயிற்சி அளிக்கும் பொறுப்பை ஏற்றார். இவரிடம் பயிற்சி பெற்றவர்கள் மிகுந்த திறமைசாலிகளாக உருவானார்கள். இருபது ஆண்டுக்காலம் இந்தப் பணியைத் திறம்படச் செய்து வந்தார் இவர்.

எண்ணற்ற திறமையாளர்களை உருவாக்கினார். நூற்றுக் கணக்கானவர்கள் இவரிடம் பயிற்சி பெற்றுப் பணியில் சேர்ந்தனர்.

இவருக்குப் பெரும் புகழைக் கொடுத்தவை இவரது கவிதைகளே. இவருடைய கவிதைகள் 50 கோடிக்கும் அதிகமான அளவில் பிரதி எடுக்கப்பட்டு விற்பனை செய்யப்பட்டன என்பது ஓர் உலக சாதனை.

உலகம் முழுவதும் பதின்மூன்று மொழிகளில் இவருடைய படைப்புகள் மொழி பெயர்க்கப்பட்டன. ஜப்பானிலேயே ஜப்பானிய மொழியில் வெளியிடப்பட்ட கவிதைத் தொகுப்பும் இவருக்குப் பெரும் புகழைக் கொடுத்தது.

உலகப் புகழ் பெற்ற ரீடர்ஸ் டைஜஸ்ட், நியூயார்க் டைம்ஸ் போன்ற பத்திரிகைகளில் எல்லாம் இவரது படைப்புகள் வெளியிடப்பட்டன.

பல்வேறு வெளியீட்டகங்கள் இவரது எழுத்துக்களை வெளியிடுவதற்குப் போட்டி போட்டுக் கொண்டு காத்திருந்தன.

மண நிகழ்ச்சிகளின்போது மணமக்களை வாழ்த்திப் பாடும் கவிதைகளையும் இவர் இயற்றி இருக்கிறார். இந்தக் கவிதை ஆயிரக் கணக்கான மண விழாக்களில் படிக்கப்பட்டிருக்கிறது.

இறுதிச் சடங்குகளின் போது வாசிக்கத்தக்க கவிதை ஒன்றை இவர் இயற்றி இருந்தார். இதனைப் பத்துலட்சத் திற்கும் அதிகமானவர்களின் இறுதிச் சடங்குகளின் போது வாசித்திருக்கிறார்கள்.

தொலைக்காட்சி நிகழ்ச்சிகள் வாயிலாகவும் இவரது கவிதைகள் பல்லாயிரக் கணக்கான மக்களைச் சென்றடைந்தன.

எனது ஆழ்ந்த உள்ளுணர்வு எழுதத் தூண்டியவற்றை மட்டுமே நான் எழுதினேன்.

அவற்றைப் படித்துப் பார்த்தவர்கள் எல்லாருமே அவை தங்களுக்காகவே எழுதப்பட்டதாக உணர்ந்தார்கள். அதைத் தெரிவிக்கும் விதத்தில் கடிதங்களை எழுதினார்கள்.

எழுதுவதில் மட்டுமல்லாமல் உரையாற்றுவதிலும் இவர் மிகப் பெரும் திறமை பெற்றவராக விளங்கினார். அமெரிக்கா, கனடா, ஐரோப்பா, மேற்கிந்தியத் தீவுகள் என இவரை எல்லா நாட்டினரும் வரவேற்றனர்.

இதைச் செய் என்று மனம் கட்டளையிடுபவற்றைச் செய்து முடிப்பவர்கள் மகத்தான சாதனைகளுக்குச் சொந்தக்காரர்கள் ஆகிறார்கள்.

ஜேம்ஸ் டில்லட் ப்ரீமன் (James Dillet Freeman) அத்தகைய சாதனையாளர்களில் ஒருவர்.

4 சகாப்தம் படைத்த சகலகலா வல்லி

Helen Wilmans-Post   ஹேலன் வில்மன்ஸ் போஸ்ட்

சகலகலா வல்லவர்களைப் பற்றிக் கேள்விப்பட்டிருப்பீர்கள். இதழாளர், வெளியீட்டாளர், மன அறிவியல் மேதை என்று பல துறைகளில் ஒரு பெண்மணி தலை சிறந்து விளங்குவது என்பது அரிதான ஒன்று. அத்தகைய ஒரு சாதனையாளரைப் பற்றித்தான் இப்போது நீங்கள் தெரிந்து கொள்ளப் போகிறீர்கள்.

மனப் போக்கைக் கட்டுப்படுத்து வதன் மூலம் எந்தச் செயலையும் சாதிக்க முடியும் என்று காட்டியவர் இவர். தாமே சொந்தமாக ஒரு செய்தித்தாளை ஆரம்பித்து நடத்தினார். மகளிர் உலகம் என்ற அந்தப் பத்திரிகை மாபெரும் வரவேற்பைப் பெற்றது.

மேலும் இவரே வார இதழ் ஒன்றையும் துவக்கினார். அது சுதந்திரம் என்ற பெயரில் வெளியாகிப் பெரும் பரபரப்பை ஏற்படுத்தியது.

பெண்கள் என்றாலே அவர்கள் உழைப்பதற்கு மட்டுமே பிறந்தவர்கள் என்ற கருத்து உலகம் முழுவதும் உள்ளவர்களிடம் ஒரே மாதிரியாகத்தான் காணப்படு கிறது. இவரும் இருபது ஆண்டுகளுக்கும் மேலாகப் பண்ணைத்தொழிலாளியாகவே தன் வாழ்க்கையை ஓட்டி வந்தவர். ஏழ்மையிலும் துன்பத்திலும் உழன்றவர்.

ஒரு கட்டத்தில், கட்டிய கணவரை விட்டுப் பிரிந்தார். இலட்சியப் பெண்மணியாக வாழ்ந்து காட்டுவேன் என்ற சபதத்துடன் புது வாழ்வைத் துவக்கினார்.இலக்கியங்கள் கூறும் புதுமைப் பெண்ணாக வாழ வேண்டும் என்ற வேட்கை கொண்டவராக இருந்தார். அதில் வெற்றியும் பெற்றார்.

குடும்பத்தில் ஏற்பட்ட சிக்கல் காரணமாக வீட்டை விட்டு வெளியேறினார் இவர். சான் பிரான்சிஸ்கோ விற்கு இவர் புறப்பட்ட போது இவரிடம் இருந்தது சொற்பப் பணமே.

பிழைப்பிற்கு ஏதாவது வேலையைத் தேடிக் கொள்ள வேண்டும் என்ற கட்டாயத்தில் இருந்த இவர் செய்தித்தாள் ஒன்றில் கிடைத்த வேலையை ஏற்றுக் கொண்டார்.

தமது கடமைகளைத் திறம்பட ஆற்றி வந்த இவர் அதிகப் பணம் ஈட்டும் நோக்கத்திலும் வெற்றி பெறலா னார். அதனால் முன்பு வாழ்ந்த வாழ்க்கையை விடவும் வசதியான வாழ்க்கையை இவரால் வாழ முடிந்தது. இது இவருக்கு மன நிறைவையும் மகிழ்ச்சியையும் கொடுத்தது.

வெறும் பத்திரிகைச் செய்தியாளராகவே காலம் முழுவதையும் கழிக்க இவர் விரும்பவில்லை. தம்மை ஓர் எழுத்தாளராக அடையாளம் காட்டிக்கொள்ளும்

முயற்சிகளிலும் இறங்கினார். பல்வேறு நூல்களை எழுதிக் குவித்தார். நல்ல எழுத்தாளர் என்ற மதிப்பையும் பெற்றார்.

நோயுற்றவர்களைக் குணமாக்குவது, கற்றுக் கொடுப்பது ஆகிய துறைகளில் இவருக்கு மிகுந்த ஈடுபாடு இருந்தது. இந்தத் துறைகளில் சாதனை படைப்பதே தமது இலட்சியங்களை எட்டும் வழியாக இருக்கும் என்று தீர்மானித்தார். அதற்காகக் கடுமையாக உழைக்க ஆரம்பித்தார்.

சிலர் பணம் மட்டுமே வாழ்க்கையின் குறிக்கோள் என்று அலைவார்கள். வேறு சிலர் தாங்கள் கொண்ட கொள்கையில் மட்டுமே உறுதியாக இருப்பார்கள். பணம் இவர்களுக்கு இரண்டாம் பட்சம்தான்.

ஆனால் இவர் இதிலும் வித்தியாசமானவராக இருந்தார். பணமும் முக்கியம். கொள்கையும் முக்கியம் என்ற போக்கைக் கடைப்பிடித்தார். செல்வச் செழிப்பில் மிதக்க என்னென்ன முயற்சிகள் செய்ய வேண்டியிருக்குமோ அத்தனை முயற்சிகளையும் மேற்கொண்டார். அதே நேரத்தில் தமது கொள்கைகளிலிருந்தும் வழுவினாரில்லை.

வறுமையை வெல்ல வேண்டுமானால் கடினமாக உழைப்பதைத் தவிர வேறு வழி இல்லை என்று இவர் உறுதிபடக் கூறுவார். வெறும் வாய் வார்த்தையோடு நின்றுவிடாமல் உழைத்து உயர்ந்தார்.

எம்மா கர்டிஸ் ஹாப்கின்ஸ் என்பாரிடம் சிறிது காலம் இவர் மாணவியாக இருந்து பல அரிய விசயங்களைக் கற்றுக் கொண்டார். பத்தாம் நூற்றாண்டின் இறுதியில் மன அறிவியல் என்ற துறை பெரிதும் பேசப்பட்டு வந்தது. அதில் இவர் கற்றுத் தேர்ந்த அறிஞர் என்ற தகுதியைப் பெற்றார்.

ஆசிரியர்களுக்கெல்லாம் ஆசிரியர் என்று சொல்லத் தக்க விதத்தில் மற்றவர்களுக்குக் கற்றுத் தருவதில் முன்னணி வகித்தார். மனம் அற்புத ஆற்றல் கொண்டது. அதை எப்படிப் பயன்படுத்திப் பலனடையலாம் என்பதைப் பலருக்கும் கற்றுக் கொடுத்தார்.

மனதின் ஆற்றல் ஒரு போதும் தீர்ந்து போகக் கூடியது அல்ல என்பதை மெய்ப்பித்தார். மனம் தனது ஆற்றலை வெளிப்படுத்துவதை யாராலும் தடுக்கவும் முடியாது என்பதையும் எடுத்துக் காட்டினார்.

இவர் கடந்துவந்த பாதையை ஆராய்வது எந்த நிலையில் இருப்பவர்களாக இருந்தாலும் சாதிக்க முடியும் என்பதற்கு எடுத்துக்காட்டாக இருக்கிறது.

மத்திய வயதை அடைந்துவிட்ட ஒரு பெண்மணி. முன் பின் அறிமுகம் இல்லாதவர்கள் மத்தியில் வாழ வேண்டிய கட்டாயத்திற்கு ஆளாக்கப்பட்டவர்.

வறுமை, துன்ப, துயரங்களால் வாட்டி வதைக்கப் பட்டவர். முதலீடு என்று எதையும் கையில் வைத்துக் கொண்டிருக்காதவர். முன் அனுபவம் சிறிதும் இல்லாதவர்.

எந்தவொரு தொழிலையும் நிர்வகிக்கத் தெரியாத நிலையில் இருந்தவர். தனது அடுத்த வேளை உணவுக்குத் தேவையான செலவை எப்படி எதிர்கொள்வது என்பதே பெரும் கேள்விக்குறியாக நின்ற நிலையில் இருந்தவர்.

இத்தனை இடர்களையும் கடந்து எடுத்த எடுப்பிலேயே வெற்றிக் கனியைப் பறித்தவர். இவர் எழுதி வெளியிட்ட எல்லாமே விரும்பி வாங்கப்பட்டன. ஒரே மாதத்தில் தனது வாழ்க்கையை நிலைபெற்றதாக ஆக்கிக் கொண்டார் இவர். அதன்பின் தொடர்ந்தது எல்லாமே வெற்றிதான்.

சாதிக்க வேண்டும் என்ற நினைப்பு ஒரு சிறு நெருப்புப் பொறி போன்றது. எல்லாருக்குள்ளும் அந்தப் பொறி இருக்கத்தான் செய்கிறது. ஆனால் அப்படியொரு பொறி தனக்குள் இருக்கிறது என்பதை சம்பந்தப்பட்டவர் உணர வேண்டும்.

அதை ஊதிப் பெரிதாக்க அவருக்குத் தெரிய வேண்டும். அதற்கான உணர்வு அவரிடம் இருக்க வேண்டும். அது இருந்தால் எதையும் சாதிக்கலாம். இந்தக் கருத்தில் இவருக்கு மிகுந்த நம்பிக்கை இருந்தது.

தம்மைத்தாமே உற்சாகமூட்டிக் கொள்ளப் பல வழிகளை இவர் கடைப்பிடிப்பார். சின்னதாய் எதை யாவது செய்து முடித்தாலும் போதும். அதை ஓர் அரிய சாதனை என்பது போலவும் அதைச் சாதித்துக்காட்டிய திறமையாளர் என்பதாகவும் தம்மைத் தாமே பாராட்டிக் கொள்வார்.

இதில் இவருக்கு மிகுந்த மகிழ்ச்சி கிடைத்தது. சின்னச் சின்னச் செயல்களில் இருந்து மாபெரும் சாதனைகளைச் செய்யத் தேவையான ஊக்கத்தை அளித்தது.

உளவியல் வல்லுநர்களும் இதே கருத்தை வலியுறுத்துவார்கள். தங்களைப் பற்றிப் பெருமைபேசிக் கொள்வது என்பது கூடாத வழக்கம் என்று சிலர் கருதக் கூடும்.

அவ்வாறில்லாமல் தன் முன்னேற்றத்தை அடைய விரும்பும் எவரும் முதலில் தம்மை மதிக்கவும் பாராட்டவும் கற்றுக் கொள்ள வேண்டும் என்பது அடிப்படை விதி என்று அனுபவம் மிக்கவர்கள் கூறுவார்கள்.

இவரும் அந்த வழியிலேயே நடந்தார். சாதனைகளை விதைத்தார். பலன்களை அறுவடை செய்தார். எந்தத் தொல்லை என்றாலும் அதை எதிர்கொள்ளத் தக்க மனநிலையை வளர்த்துக் கொண்டிருந்தார்.

மற்றவர்கள் எவ்வளவுதான் கடுமையாக நடத்தினாலும் அதைப் பொருட்படுத்தாமல் இருக்கக் கற்றுக் கொண்டார். துன்பங்களி லிருந்து ஆறுதல் பெறச் சிறு சிறு பொழுதுபோக்குகளில் ஈடுபட்டார்.

புத்தகங்களைப் படிப்பது இவரது மனதுக்குப் பிடித்த செயல். பூத்தையல் வேலையும் செய்வார். சிறு சிறு மகிழ்ச்சிகளை அளிக்கும் செயல்களில் ஈடுபாடு காட்டுவார். இது பெரும் சோதனைகளை எதிர்கொள்ளத் தேவையான மனவலிமையை இவருக்கு அளித்தது.

கடினமாக உழைத்தால் விரும்பிய பலனைப் பெறலாம் என்று எல்லாரும் சொல்வார்கள். ஆனால் என்னதான்

கடினமாக உழைத்தாலும் உடனே ஒருவர் மேலே வந்துவிட்டதாகச் சரித்திரம் கிடையாது.

எல்லாமே படிப்படியாகத்தான் நிறைவேறும். அதுவரை பொறுமை காக்க மனமில்லாதவர்கள் இடையிலேயே சோர்ந்து போய் நின்றுவிடுவார்கள். எடுத்த காரியத்தை முடிக்க முடியாமல் திணறுவார்கள். இவருக்கும் அம்மாதிரியான சோதனைகள் எத்தனையோ வந்தன.

உழைக்கிற உழைப்பிற்குப் பலன் இல்லாமல் போகும் போது ஏற்படும் வெறுமை கடுமையாக வாட்டும். அதைக் கண்டு இவ்வளவுதான் எல்லாம்ஃ எல்லாம் முடிந்து போயிற்று என்ற முடிவுக்கு வந்துவிடக் கூடாது. அதுதான் முக்கியம். போராட வேண்டும். சோர்வை விரட்டிவிட்டுப்போராட வேண்டும்.

ஆரம்பத்தில் இவர் சந்தித்த தோல்விகளும் அதிகம். எந்தக் காரியத்தில் இறங்கினாலும் அங்கே இவருக்குத் தோல்வி காத்திருந்தது. இவரை எப்படியும் முன்னேறவிடாமல் செய்து விட வேண்டும் என்று கங்கணம் கட்டிக் கொண்டிருந்த ஏதோ ஒரு சக்தி இவரைத் தொடர்ந்து விரட்டிக் கொண்டே வந்தது போல் உணர்ந்தார்.

முந்தைய வாழ்க்கையிலேயே அமைதியாகவும் இனிமையாகவும் இருந்திருக்கலாமோ என்று எண்ண வைக்கும் நிகழ்வுகள் இவர் வாழ்வில் நிறைய நடந்தன.

பண்ணை வீட்டில் சில கோழிகளை மட்டும் வைத்து வளர்த்துக் கொண்டு இருந்திருந்தால் கூடத் தொந்தரவு இல்லாத இனிய வாழ்க்கையை வாழ்ந்திருக்கலாமோ என்று எண்ண வைக்கும் நிகழ்ச்சிகள் எத்தனையோ இவர் வாழ்வில் நடந்தன.

ஆனால் அது மட்டுமே வாழ்க்கை என்று எப்படி இருக்க முடியும்? அவருக்குள் இருந்த பசி இயல்பாகவே

அவரை எழுத்துத் துறையின் பக்கம் பிடித்துத் தள்ளியது. செய்தித்தாள் அலுவலகப் பணியை அவர் இப்படித்தான் தேடிக் கொண்டார். சரியான திசையில் முதல் அடியை எடுத்து வைத்துவிட்டால் அப்புறம் வெற்றிதான் தொடரும் என்பதில் எவருமே ஐயம் கொள்ளத் தேவையில்லை.

செய்தித்தாள் பணியில் வெற்றி என்பதை வெகு விரைவிலேயே அடைந்துவிட்டார். ஆனால் அது மட்டுமே போதும் என்ற மனநிறைவு வரவில்லை. கிடைத்தது போதும் என்று கருதுபவர்கள் அடுத்து மேலே போக முயற்சிப்பதில்லை. போதாது போதாது என்று மேலும் மேலும் உயரிய இலக்குகளை நிர்ணயித்துக் கொள்கிறவர்கள்தான் வாழ்க்கையில் உயர்ந்து கொண்டே செல்கிறார்கள்.

இவர் எழுதி வந்த பத்திரிகையின் வாசகர்கள் எதை எதிர்பார்த்தார்களோ அதற்கும் மேலாகவே இவர் எழுதிக் குவித்தார். ஒரு வகையில் இது சற்று அதிகப்படியாகவே இருந்தது. கல்லூரியில் வகுப்பெடுக்க வேண்டியவரைக் கொண்டு போய் மழலையர் வகுப்பில் நிறுத்தியது போல் உணர்ந்தார்.

தமது முழு ஆற்றலையும் வெளிப்படுத்த இந்தப் பணி போதுமான வாய்ப்புகளை அளிக்காது என்பதை சிறிது நாட்களிலேயே அவர் புரிந்து கொண்டார். இதை விட்டும் வெளியேற வேண்டும் என்ற முடிவுக்கு வந்தார்.

ஒரு கதவு மூடப்படும்போது இன்னொரு கதவு திறக்கும் என்பார்கள். இதுவும் உடனே எல்லோருடைய விஷயத்திலும் நடந்துவிடுவதில்லை. இவரது முகத்திற்கு எதிரே எத்தனையோ கதவுகள் அடைக்கப்பட்டன. ஆனால் இவர் விரும்பும் கதவு எப்போது திறக்கும்? என்பது புரியாததோர் புதிராகத்தான் இருந்தது.

கையில் இருந்தது கால் டாலர்தான். சிகாகோ எவ்வளவு பெரிய நகரம்? இருந்தும் என்ன பயன்? எனக்கு

ஒரு டாலர் கொடுத்து உதவ முடியுமா என்று யாரைப் போய்க் கேட்பார் அவர். யாருமற்றவராகத் தெருவில் நின்றார் இவர். மிரண்டு போய் விட்டோமோ என்று கலங்கினார். அமைதியாக யோசித்துப் பார்த்தார். தான் மிரட்சி அடையவில்லை என்பதை உறுதிப்படுத்திக் கொண்டார்.

அப்போதுதான் அவர் அதுவரை உணர்ந்திராத ஓர் உணர்வு அவருக்குள் தலை தூக்கிற்று. எல்லாவற்றையும் இழந்துவிட்டபோதும் எதிர்காலம் அப்படியே இருக்கிறது என்பதை உணர்ந்து கொண்டார் அவர்.

என்னால் எல்லாம் முடியும் என்று உறுதியாக நம்பினார். அந்த நம்பிக்கை விலை மதிப்பற்றது என்பதை உணர்ந்தார். தனது சொந்தக் காலில் நின்று சாதனை படைக்க முடியும் என்று உறுதி பூண்டார். இந்த எண்ணமே அவருக்குள் ஆயிரம் யானை பலத்தை ஊட்டியது.

யார் தயவையும் எதிர்பார்க்காமல் தன்னால் வாழ்ந்து காட்ட முடியும் என்பதை உணர்ந்தார். கவலைகள் எவ்வளவு ஆழத்தில் அமிழ்த்தினாலும் அதிலிருந்து மேலே வரத் தன்னால் முடியும் என்பதில் தீர்மானமாக இருந்தார்.

தமது கையில் பணம் இல்லாமல் இருந்தது நல்லதாகப் போயிற்று என்று சொல்லிக் கொள்வார். பணம் என்னை ஒருபோதும் அடிமைப்படுத்த விடமாட்டேன் என்று சொல்லிக் கொள்வார். அதைப் போலவே வாழ்ந்தும் காட்டினார்.

கூண்டில் இருந்து விடுபட்ட பறவையைப் போன்ற மகிழ்ச்சியுடன் நடந்தார். தாம் தங்கி இருந்த விடுதியை அடைந்தார். அச்சமில்லை அச்சமில்லை என்பதே அவரது அடி மன நாதமாக ஒலித்துக் கொண்டிருந்தது. தம்மிடமிருந்த மிகப்பெரும் சொத்தே அதுதான் என்று அவர் நம்பினார்.

நான்.. எனது.. என்னால் முடியும் என்ற சொற்களே அவரது காதுகளுக்குள் திரும்பத் திரும்ப ஒலித்தன. தன் அறையில் சென்று அமர்ந்ததும் எழுதத் தொடங்கினார். தமது எழுத்துக்களிலேயே வலிமை வாய்ந்த படைப்பு அப்போதுதான் உருவாகத் தொடங்கியது என்று சொல்வார் இவர்.

நான்.. நான்தான் எல்லாம் என்று சொல்வது தலைக் கனம். செறுக்கு. ஆணவம். அகந்தை. மமதை. தற்பெருமை. இப்படித்தான் வழக்கமானவர்கள் விமர்சிப்பார்கள். ஆயினும் ஒருவரது உள் மன ஆற்றலை என்றைக்கு உணர்கிறாரோ அப்போதே அவர் இந்த எல்லைகளைக் கடந்தவர் ஆகிவிடுகிறார். அற்புதங்களைப் படைக்கும் ஆற்றல் பெற்றவராகிவிடுகிறார்.

இவர் எழுதியதைப் படித்த வாசகர்களும் அப்படித்தான் உணர்ந்தார்கள். இவரது எழுத்துக்கள் மின்னலடித்தது போல் உணர்வுகளைத் தட்டி எழுப்பின.

சிலர் தங்களுக்குள் பல அற்புதக் கருத்துக்களைக் கொண்டிருப்பார்கள். அவற்றை வெளியில் சொன்னால் அடுத்தவர்கள் கிண்டல் செய்வார்களே என்று தயங்குவார்கள்.

இப்படிப்பட்டவர்கள்.. ஆகா.. நாம் சொல்ல நினைத்ததைத்தான் இவர்கள் துணிச்சலாகச் சொல்லி இருக்கிறார்கள்.. நாம் பயந்து கொண்டு இருந்ததை இவர்கள் தைரியமாக வெளிப்படுத்தி இருக்கிறார்கள். என்று பின்பற்ற நினைப்பார்கள்.

இவரது எழுத்துக்களைப் படித்த பலரும் இப்படித்தான் உணர்ந்தார்கள். இதனால் இவருக்கு வாசகர்கள் பெருகினார்கள். இவர் எழுதிய எல்லாமே விற்றுத் தீர்ந்தது. பல செய்தி இதழ்கள் இவரது எழுத்துக்களை மறுபிரசுரம் செய்தன.

மக்களிடையே மிகுந்த செல்வாக்குப் பெற்ற எழுத்தாளர் ஆனார் இவர்.

42 தடைகளைத் தகர்த்த அறிவியல் தன்னம்பிக்கையாளர்கள்

இவர் தமது முதல் கட்டுரையை எழுதி முடிக்கப் போன நேரம். அறைக் கதவை யாரோ தட்டுவதை உணர்ந்தார். யாரென்று பார்க்கச் சென்றார். வந்திருந்தவர் அந்த வீட்டுக்குச் சொந்தக்காரர்.

தாம் விரும்பியபடியே எல்லாவற்றையும் அமைத்துக் கொண்டு அமைதியான வாழ்க்கையை நடத்திக் கொண்டிருந்த மனிதர் அவர்.

இன்றைக்கு நீங்கள் வழக்கத்திற்கு மாறாக முன்னதாகவே வீடு திரும்பிவிட்டீர்கள் போலிருக்கிறதே.. என்ன விசயம்.. என்னிடம் சொல்லலாம் என்றால் சொல்லுங்கள் என்று இதமாக விசாரித்தார்.

தாங்கள் கணித்தது சரிதான்.. எனக்கு வேலை போய்விட்டது.

வேலையை விட்டுவிட்டீர்களா? அடுத்து என்ன செய்யப் போகிறீர்கள்?

நானே சொந்தமாகப் பத்திரிகை நடத்தப் போகிறேன். அது யாருடைய விமர்சனத்தையும் பொருட்படுத்தாமல் சுதந்திரமாக இயங்கும்.

இப்படிப் பதிலளித்த இவர் வீட்டு உரிமையாளரை அமரச் சொன்னார். இவரைப் பொருத்தவரை அந்த மனிதரும் இவரைப் பொறுத்தவரையில் அந்நியர்தான். எப்போதாவது பார்ப்பது, பேசுவது என்பதோடு அவர்கள் உறவு நின்றிருந்தது.

நான் ஒரு கட்டுரை எழுதி இருக்கிறேன். அதைத் தங்களுக்குப் படித்துக் காட்டலாமா என்று கேட்டார் இவர். அந்த வீட்டுச் சொந்தக்காரர் அதற்கு சம்மதம் என்று தலையை அசைத்தார்.

இவர் தாம் எழுதி வைத்திருந்ததைப் படிக்க ஆரம்பித் தார். எதிரில் அமர்ந்திருப்பவர் என்ன நினைக்கிறார் என்பதைக் கவனிப்பதில் ஈடுபாடு காட்டாமல்,

எழுதியதைப் படிப்பதிலேயே தீவிரமாக இருந்தார் இவர். முழுவதையும் வாசித்து முடித்து விட்டு சற்று நிறுத்தினார்.

வீட்டு உரிமையாளர் வெளியில் கிளம்பத் தயாராவது போல் எழுந்தார். கதவு வரை சென்றார். அவர் என்ன சொல்லப் போகிறாரோ என்ற பதைபதைப்பு இப்போது இவருக்கு எழுந்தது உண்மை.

வீட்டு உரிமையாளர் ஓர் அரசிக்கு எதிரில் நிற்கும் ஏவலாள் போல அப்போது நின்று கொண்டிருந்தார். அதே மரியாதையுடன் அவர் மேலும் தொடர்ந்தார்.

தாங்கள் எழுதி வைத்திருப்பதை அச்சிட்டு வெளியிடுவதற்கான பணத்தைத் தரும் பெருமையை எனக்கு அளிப்பீர்களா அம்மணி என்று.

மெய்சிலிர்த்துப் போனார் இவர். தங்களது பெருந்தன்மைக்கு மிக்க நன்றிஃ. தேவைப்படும்போது தங்கள் உதவியைக் கோருகிறேன் என்று சொல்லி அவரை அனுப்பி வைத்தார்.

மீண்டும் எழுதத் தொடங்கினார். மேலும் சில கட்டுரைகளை எழுதி முடித்தார். அந்த நகரத்திலேயே மிகப் பெரிய பத்திரிகை வெளியீட்டாளர்கள் யார் என்று பார்த்தார். அவர்களுக்கே அதை அனுப்பி வைத்தார்.

இதில் இருபது ஆயிரம் பிரதிகள் தேவை என்று சொன்னார். பதிப்பாளர்கள் ஏன் எதற்கு என்று ஒரு வார்த்தை கூடக் கேட்கவில்லை. அடித்துக் கொடுக்கச் சம்மதித்தார்கள். அச்சிடுவதற்கு இவ்வளவு தேவை என்று அவர்கள் கேட்கவே இல்லை.

சில நாட்களுக்கெல்லாம் அச்சிட்ட இதழ்கள் வீடு தேடி வந்தன. தமக்குத் தெரிந்தவர்களின் முகவரிகளை எல்லாம் திரட்டி வைத்திருந்தார் இவர். ஒவ்வொன்றாக இதழ்களை அவர்களுக்கு அனுப்பி வைக்கத் தொடங்கினார்.

சிறுகச் சிறுகச் சந்தாத் தொகைகள் வந்து சேர ஆரம்பித்தன. அச்சிட்டவர்களுக்குக் கொடுக்க வேண்டிய தொகை பற்றி இவரே கேட்டுக் கேட்டுப் பார்த்தார். அவர்கள் அது ஒன்றும் அவ்வளவு அவசரம் இல்லை என்றார்கள்.

நான்கே வாரங்களுக்குள் அச்சிட்ட கட்டணம் முழு வதையும் இவரே சென்று அவர்களிடம் வற்புறுத்திக் கொடுத்துத் தீர்த்தார். வாசகர்கள் அனுப்பி வைத்த சந்தாத்தொகை இதற்கு மேலும் கணிசமாகக் குவிந்தது. பணம் என்பது ஒரு பிரச்சனையே இல்லை என்பதை உணர்ந்து கொண்டார் இவர்.

என்னவோ எழுதினார். எப்படியோ பணம் வந்தது. இதைப் போய்ச் சாதனை என்று சொல்வது பொருத்தமாகத் தோன்ற வில்லையே என்று சிலபேர் கருதலாம். அதையே தான் இவரும் சொல்கிறார்.

இது தற்பெருமைக்காகச் சொல்லப்படும் தகவல் இல்லை என்கிறார். என்றைக்கு உங்களால் ஒரு செயல் முடியும் என்ற நம்பிக்கை உங்களுக்குள் வருகிறதோ அன்றைக்கே நீங்கள் எதையும் சாதிக்கலாம் என்ற நிலையை எட்டிவிடுகிறீர்கள். இதை ஒவ்வொருவரும் உணர வேண்டும் என்பதற்காகத் தான் எனது அனுபவத்தை விவரித்தேன் என்பார் இவர்.

என்னால் முடியும் என்ற நம்பாத வரை எவரும் வெற்றியைத் தங்கள் பக்கம் ஈர்க்கும் காந்தமாக மாற முடியாது என்பார். நிமிர்ந்து நில். நேர் கொண்ட பார்வை பெறு. நிலத்தில் யார்க்கும் அஞ்சாதே. நீயே வெற்றி. நீ நீயாக இரு.

உன் வலிமை உனக்கே தெரியும். போலிகள் புறமுது கிட்டு ஓடுவர். நீ சாதனை வீரனாய்த் திகழலாம் ஃ இதுதான் இவர் சொல்லும் சுருக்கமான வழி. எப்போதும் உயர்ந்த இலக்குகளையே நோக்கிப் பயணித்தால் அவற்றை அடையலாம்.

உயர உயரப் போவதே வெற்றி. பலம். இதை இவர் தமது வாழ்நாளிலேயே சாதித்துக் காட்டினார். பல அமைப்புகளை உருவாக்கினார். நிறையப் பணம் சம்பாதித்தார். எழுத்துத் துறையிலும் வெற்றி பெற்று விளங்கினார்.

இவரைப் பின்பற்றியவர்களும் பெரும் பலன்களை அடைந்தார்கள். ஊருக்குத்தான் உபதேசம் என்றில்லாமல் தாமே ஓர் எடுத்துக்காட்டாய் வாழ்ந்து காட்டியவர் இவர்.

துவக்கத்தில் அமெரிக்காவின் வாஷிங்டன் மாநிலத்தில் தான் இவரது சொற்பொழிவுகளுக்குப் பெரும் ஆதரவு கிடைத்து வந்தது. ஸியாட்டில் நகரில் இதற்காகவே மன்றம் ஒன்றும் உருவாக்கப்பட்டது.

1899-ஆம் ஆண்டு அங்கு ஒரு மாநாட்டையும் வெற்றி கரமாக நடத்திக் காட்டினார். அடுத்த ஆண்டே ப்ளா ரிடாவின் ஸீப்ரீஸ் என்ற இடத்தில் இரண்டாவது மாநாட்டையும் கூட்டினார்.

அமெரிக்க அஞ்சல் சேவையை முறைகேடாகப் பயன்படுத்து கிறார் என்ற குற்றச்சாட்டு இவர் மேல் சுமத்தப்பட்டது. செய்யாத சிகிச்சைக்குப் பணம் வசூலிப்பதற்கு அஞ்சல் துறையைப் பயன்படுத்திக் கொள்கிறார் என்று குற்றம் சாட்டப்பட்டது.

எந்தவிதக் கேள்விகேட்பாடும் இல்லை. விசாரணை இல்லை. தீர்ப்பு இல்லை. இவர் மேல் தவறு என்று காட்டுவதற்காகப் புனையப்பட்ட பொய் வழக்கு அது என்பது மட்டும் புரிந்து போயிற்று.

இவர் மேல் காழ்ப்புணர்வு கொண்ட சிலரால் இந்த வழக்கு பெரிதுபடுத்தப்பட்டது. இவர் எதையும் தாங்கும் இதயத்தோடு அவர்களை எதிர்த்துப் போராடினார்.

ஸீப்ரீஸ் நகரைச் சேர்ந்த சிலரே தமக்கு இடைஞ்சல் கொடுப்பதை உணர்ந்தார். அங்கிருந்து சில மைல்கள் தள்ளி உள்ள வேறொரு இடத்திற்குத் தமது நடவடிக்

கைகளை மாற்றிக் கொண்டார். ஸீப்ரீஸ்காரரர் களால் இவரை ஒன்றும் செய்ய முடியாமல் போனது.

அரசியல் செல்வாக்கைப் பயன்படுத்தி இவருக்குத் தொல்லை தரும் முயற்சிகள் தொடர்ந்தன. அமெரிக்க நாடாளுமன்ற உறுப்பினர் மூலமாகக் குடியரசுத் தலைவர் வரை இந்த விசயம் எடுத்துச் செல்லப்பட்டது.

நோயாளிகளை நேரில் பார்க்காமலேயே அவர்களுக்குச் சிகிச்சை அளிக்கிறேன் என்று சொல்வதை நம்ப முடியாது. இது நடைமுறை சாத்தியமும் அல்ல.

மோசடி செய்ய வேண்டும் என்ற ஒரே நோக்கத்திற்காகவே இவர் இவ்வாறு செயல்படுகிறார். இதற்காக அரசின் சேவைகளை இவர் பயன்படுத்திக் கொள்வதை அனுமதிக்க முடியாது என்றார்கள்.

தனது எண்ணத்தின் வலிமை காரணமாக மற்றவர்கள் மேல் விளைவுகளை ஏற்படுத்துவதாகச் சொல்வதை நம்ப இயலாது என்று தீர்ப்பு வழங்கி இவர் குற்றம் செய்தவர் என்று நீதிமன்றம் அறிவித்தது.

இந்தத் தீர்ப்பை அமெரிக்க உச்ச நீதிமன்றம் மறுத்தது. இந்த முடிவு வருவதற்குள் இவரது பணமெல்லாம் கரைந்து போயிற்று. செல்வாக்கு குறைந்தும் போனது. வாழ்க்கையே சீர் குலைந்து நின்றது.

இந்நிலையில் இவரது கணவரும் மறைந்தார். அதன்பின் வாழ்க்கையில் எந்தவொரு பிடிப்பும் இல்லாதவராக வாழ்ந்து விரைவிலேயே இவரும் இயற்கை எய்தினார்.

புதிய சிந்தனைக் கருத்துக்களில் பல புதுமைகளைச் செய்த இந்தப் பெண்மணி போற்றப்பட வேண்டியவர் என்றும் இவருக்கு இழைக்கப்பட்ட அநீதிக்கு என்றாவது ஒருநாள் தீர்வு அளிக்கப்படும் என்றும் பலரும் கருத்துத் தெரிவித்தார்கள்.

ஒரே நேரத்தில் லட்சக் கணக்கானவர்களுக்குச் சிகிச்சை அளித்துப் பெரும் பணம் குவித்துவிட்டார் என்றுதான்

இவர் மேல் குற்றம் சாட்டினார்கள். அது முற்றிலும் உண்மையல்ல.

இன்றைக்குப் பல தொழில்நெறிஞர்கள் இவர் காட்டிய வழியிலேயே தங்களது மன ஆற்றலைப் பயன்படுத்திப் பல வெற்றிகளைக் குவிக்கிறார்கள். மனதின் ஆற்றலை எப்படிப் பயன்படுத்துவது என்பதை எடுத்துக்காட்டிய முன்னோடி என்ற வகையில் உலகம் இவரை மறக்க முடியாது.

இவர்தான் ஹெலன் வில்மன்ஸ் போஸ்ட் (Helen Wilmans-Post).

5 எல்லாமே நீதான் என்றவர்

Ernest Holmes

எர்னஸ்ட் ஹோல்மஸ்

மன அறிவியல் என்ற துறையைத் தோற்றுவித்த பெருமைக் குரியவர் இவர். மத அறிவியல் என்ற இயக்கமும் இவரது படைப்பே. 1927-ஆம் ஆண்டு தொடங்கித் தொடர்ச்சியாக மன அறிவியல் என்ற இதழ் வெளிவரக் காரணமாக இருந்தார் இவர்.

அன்றாட வாழ்க்கையை நேர்மறை எண்ணங்களோடு அணுகும் கலையை வளர்த்தவர் இவர். ஒருவருக் கொருவர் உதவிக் கொண்டால் உலகமே உன்னதமடையும் என்றவர்.

1887-ஆம் ஆண்டு அமெரிக்காவிலுள்ள மெய்ன் பகுதியில் பிறந்தார் இவர். ஒரு சிறிய பண்ணை வீடு. அதுதான் இவர்களது பெரும் சொத்து.

ஒன்பது குழந்தைகள் கொண்ட குடும்பத்தின் கடைக்குட்டி இவர்.

பள்ளிப்பருவத்தில் முறையாகப் பள்ளியில் சேர்க்கப்பட்டார். இருந்தாலும் இவர் பள்ளிக்குள் இருந்த நேரத்தை விட வெளியில் சுற்றிய நேரம்தான் அதிகம்.

நான் யார்? நான் ஏன் இங்கே இருக்கிறேன்?

இந்தக் கேள்விகள் அந்த இளம் வயதிலேயே இவரது மனதில் அலைபாய்ந்தன. இந்தக் கேள்விகளுக்கு விடை காணும் முயற்சியிலேயே தமது நேரத்தைச் செலவிட ஆரம்பித்தார்.

எத்தனையோ அறிஞர்களையும் மத குருக்களையும் சந்தித்தார். தமது கேள்விகளுக்கு அவர்கள் மூலம் விடை கிடைக்கக் கூடும் என்று நம்பினார். ஆனால் அவருக்குக் கிடைத்த பதில்கள் ஏமாற்றம் அளிப்பவையாகவே இருந்தன. இவருக்கு மன நிறைவு ஏற்படவில்லை.

பதினெட்டு வயது நிரம்பப் பெற்ற நிலையில் பள்ளிப் படிப்பை முடித்தார். முறையாகக் கல்வி நிறுவனங்களில் காலம் கழிப்பதற்கு முடிவு கட்டினார்.

தமது சுய சிந்தனையின் மூலமே இனி எதையும் கற்றுக் கொள்ள வேண்டும் என்று தீர்மானித்தார். தமது எண்ணத்தில் உறுதியாக இருந்த இவர் பாஸ்டனுக்குப் புறப்பட்டுச் சென்றார். வாழ்க்கையை ஓட்டியாக வேண்டுமே. அதற்குப் பணம் அவசியமாயிற்றே. இந்தத் தேவையை நிறைவேற்றுவதற்காக மளிகைக் கடை ஒன்றில் வேலைக்குச் சேர்ந்து கொண்டார். அதில் கிடைத்த வருவாயைக் கொண்டு செலவுகளைப் பார்த்துக் கொண்டு தமது படிப்பை மட்டும் முன்னை விடவும் தீவிரமாகத் தொடர்ந்தார்.

ஒரு வருட காலம் இந்த வகையில் கழிந்தது. அப்போது ரால்ப் வால்டோ எமர்சன் எழுதிய நூலொன்றைக் காண

நேர்ந்தது. அந்த எழுத்துக்கள் இவரை ஈர்த்தன. தாகத்தோடு அலைபவன் தண்ணீரைக் கண்டதும் எத்த கைய மகிழ்ச்சியை அடைவானோ அதை நான் எமர் சனின் எழுத்துக்களில் கண்டேன் என்பார்.

தமது தேடலுக்கான விடை புத்தகங்களின் மூலம் கிடைக்கும் என்று உறுதியாக நம்பினார். கலை, இலக்கி யம், அறிவியல், மதம், தத்துவம் எனப் பல்வேறு துறைகளி லும் அறிஞர் பெருமக்கள் எழுதிய நூல்களைக் கருத்தூன் றிக் கற்றார். புதிய சிந்தனை எழுத்தாளர்களின் படைப்பு களில் மனதைப் பறிகொடுத்தார்.

மேரி பேக்கர் எட்டி , க்விம்பி முதலானவர்களின் அத்தனை படைப்புகளையும் ஆழமாகக் கற்றார்.

இருபத்து ஐந்து வயது. 1914-ஆம் ஆண்டு. வெனிஸ் என்ற பெயர் கொண்ட கலிபோர்னிய நகருக்குக் கிளம்பினார் இவர். அங்கும் தமது படிப்பைத் தொடர்ந்தார்.

தாமஸ் ட்ரோவர்ட் என்பவரின் நூல்களைக் கற்றார். இவருக்குள் கனன்று கொண்டிருந்த சிறு பொறி பெரு நெருப்பாக வள்ந்தது. யாரைச் சந்தித்தாலும் ட்ரோவர் டின் எழுத்துக்களைப் பற்றிப் பேசத் தொடங்கினார்.

இது இவருக்குப் பிடித்தமான பொழுதுபோக்காக ஆனது. ஒன்று, இரண்டு என்று இவரைப் பின் தொடர்ந்தவர்களின் எண்ணிக்கை பல்கிப் பெருகியது.

சொற்பொழிவாற்றுவதையே தொழிலாகக் கொண்டவர்களை விடவும் இந்தக் கலையில் இவர் மிகவும் தேர்ச்சி பெற்றவரானார். தவிரவும் இவருக்குக் கிடைத்த வரவேற்பும் மற்றவர்களை விட அதிக அளவில் இருந்தது.

படைப்பாற்றல் கொண்ட மனம் என்ற தமது முதல் நூலை 1919 இல் எழுதி வெளியிட்டார் இவர். இதனைத் தொடர்ந்து வெகு குறுகிய காலத்திற்குள்ளாகவே

படைப்பாற்றல் கொண்ட மனமும் வெற்றியும் என்ற இரண்டாவது நூலையும் எழுதினார்.

இவரது எழுத்துக்களைப் படிக்கவும் உரைகளைக் கேட்கவும் பெரும் எண்ணிக்கையில் மக்கள் முன் வந்தார்கள். கலிபோர்னியா மற்றும் கிழக்கு அமெரிக்க நகரங்களில் இவருக்குப் பெரும் வரவேற்புக் கிட்டியது.

மன அறிவியல் என்ற நூலையும் இதே நேரத்தில் இவர் எழுதி வந்தார். இது முதன் முறையாக 1922-ஆம் ஆண்டு வெளியிடப்பட்டது.

1926-ஆம் ஆண்டில் இதற்குப் பதிப்புரிமை பெற்றார் இவரது மனைவி. திருத்தப்பட்ட பதிப்பு 1938-ஆம் ஆண்டு வெளியிடப்பட்டது.

நாற்பத்தைந்திற்கும் மேற்பட்ட பதிப்புகளைக் கண்டது இந்த நூல். மத அறிவியலுக்கான அதிகாரபூர்வப் பாடப் புத்தகம் என்று சொல்லக் கூடிய அளவுக்கு இது போற்றப்படுகிறது.

இவரது இந்த நூல் பிரெஞ்சு, ஜெர்மானிய, ஜப்பானிய மொழிகளில் மொழி பெயர்க்கப்பட்டுள்ளது. இந்த நூல் வெளியிடப்பட்ட உடனேயே இவரது மாணவர்கள் தனி அமைப்பு ஒன்றை உருவாக்க வேண்டும் என்று கோரிக்கை விடுத்தனர்.

ஆரம்பத்தில் இதற்குப் பெரிதும் தயங்கினார் இவர். தத்துவம் மற்றும் மத அறிவியலுக்கான பள்ளி என்ற பெயரில் 1927 இல் ஓர் அமைப்பை ஏற்படுத்தினார்.

அதே ஆண்டு அக்டோபர் 23 அன்று லாஸ் ஏஞ்செல்ஸ் நகரில் ஹேஸல் டர்க்கீ பாஸ்டர் (Hazel Durkee Foster) என்ற விதவைப் பெண்மணியைத் திருமணம் செய்துகொண்டார். முப்பது ஆண்டுக் காலம் இவரோடு இணை பிரியாத வாழ்க்கை நடத்தினார். 1957 மே 21 அன்று இவரது வாழ்க்கைத் துணைவி மறைந்தார்.

52 தடைகளைத் தகர்த்த அறிவியல் தன்னம்பிக்கையாளர்கள்

1960 ஏப்ரல் 7-ஆம் நாளன்று இவருக்கு இன்னொரு வித்தியாசமான அனுபவம் காத்திருந்தது. தமது வாரிசு என்று எவரையும் விட்டுச் செல்லாமல் லாஸ் ஏஞ்செல்சில் உயிர் நீத்தார் இவர். ஆனால் இவரது கருத்துக்கள் என்றென்றும் இவரது திறமையைப் பறைசாற்றிக் கொண்டிருக்கும்.

அந்தப் பெருமைக்குரியவர்தான் எர்னஸ்ட் ஹோல்ம்ஸ (Ernest Holmes)

6 கிழக்கதில் உதித்த மேற்கு

Dr.Masaharu Danikuchi   டாக்டர் மஸாஹரு தானிகுசி

புதிய சிந்தனைக் கருத்துக்கள் பெரும்பாலும் மேற்கத்திய நாடுகளிலேயே அதிகமானவர்களைக் கவர்ந்திருந்தது. கீழை நாடுகள் இதில் அவ்வளவாக ஆர்வம் காட்டாத நிலை இருந்து வந்தது.

இந்தக் குறையைப் போக்க வந்த அமைப்புதான் வாழ்வின் உண்மை என்று சொல்லத் தக்க ஸீ கோ நோ இ **(seicho-No-Ie (Truth of Life)**

இந்த இயக்கத்தில் ஐம்பது லட்சத்திற்கும் அதிகமானவர்கள் இணைந்தார்கள். ஜப்பான் நாட்டில் இது தனிப் பெரும் இயக்கமாக மலர்ந்தது.

இந்த அமைப்பு 1930-ஆம் ஆண்டில் நிறுவப்பட்டது. இதற்குக் காரண மானவரைப்

பற்றித்தான் இப்போது தெரிந்து கொள்ளப் போகிறீர்கள். தனியொரு மனிதராக இவர் இந்த இயக்கத்தை வளர்த்தெடுத்தார் என்பதே பெரும் சாதனைதான்.

இதைத் தனி மதம் என்றும் சொல்லலாம். எந்தவொரு குறிப்பிட்ட மதத்தின் கருத்துக்களையும் இது வலியுறுத்துவதில்லை. ஆனால் எல்லா மதங்களைச் சேர்ந்தவர்களும் இந்த நெறியைப் பின்பற்றலாம்.

ஒருவருக்கொருவர் அன்பு செலுத்த வேண்டும். அன்பால் அகிலத்தை வெல்லலாம். இதுதான் இந்த இயக்கத்தின் அடிப்படைத் தத்துவம். இதை வெற்றிகரமாகச் சாதித்துக் காட்டியவர் இந்த மனிதர்.

ஜப்பானில் உள்ள கோபே நகரில் 1893-ஆம் ஆண்டு பிறந்தார் இவர். டோக்கியோவைச் சேர்ந்த வஸேடா பல்கலைக் கழகத்தில் ஆங்கில இலக்கியம் கற்றுத் தேர்ந்தார்.

இயல்பிலேயே இவருக்கு மனித நேயம் மிகுதியாக இருந்தது. வாழ்க்கையின் அவலங்களை இவர் தீவிரமாக ஆராய்ந்தார். மனிதர்கள் படும் அவதிகளைப் பார்த்து மனங் கலங்கினார். இதற்குத் தீர்வு காண வேண்டும் என்று விரும்பினார்.

கடினமாக உழைத்துப் பல புதிய, பழைய கருத்துக்களை ஆய்வு செய்தார். கீழை, மேலை நாட்டுத் தத்துவங்களைக் கரைத்துக் குடித்தார். மனிதன் என்பவன் யார்? வாழ்க்கையின் அர்த்தம்தான் என்ன என்பதே இவரது தேடலாக இருந்தது.

எப்போதும் ஒரே சிந்தனையாக இருப்பவர்களுக்கு அவர்கள் நினைப்பதெல்லாம் நிறைவேறும். இவருக்கும் அப்படித்தான் ஆனது.

1930-ஆம் ஆண்டில் ஒரு நாள். ஆழ்நிலைத் தியானத்தில் ஆழ்ந்திருந்தார். அப்போது இவருக்கு ஓர் உண்மை புலனா

யிற்று. உண்மையின் ஒளியைதான் உணர்ந்ததாகப் புரிந்து கொண்டார். அதை உலகிற்கு அறிவிக்கத் தயாரானார்.

தீமைகள் எல்லாம் ஒன்றுமில்லாதவை. இவற்றை உருவாக்குவது மனிதர்களின் தீய எண்ணங்கள்தான் என்ற கருத்து இவருள் உருவாயிற்று. இதனை யாரோ உரத்த குரலில் தம்மிடம் தெரிவிப்பது போல் உணர்ந்தார்.

மனிதர்களின் வாழ்க்கையில் நடப்பவை எல்லாமே அவர்களைச் சுற்றியுள்ள சூழ்நிலையின் பிரதிபலிப்பே என்று அவர் கண்டுகொண்டார். மனித உடலின் இயக்கத் திற்கும் இது பொருந்தும் என்பதை விளங்கிக் கொண்டார்.

அழிந்து போகக் கூடிய உடலைப் பற்றி மட்டுமே ஒருவர் கவலைப்பட்டுக் கொண்டு இருந்தால் அழிவற்ற வாழ்க்கையை அடைய முடியாது என்று கருதினார். மனிதர்கள் உடலின் மேல் உள்ள இச்சையை ஒதுக்கினால் நிலையான வாழ்க்கையை அடையலாம் என்றார்.

இவரை வந்து சந்தித்தவர்களில் பலரும் தங்களது நோய் கள் நீங்கப் பெற்றார்கள். இவர் பேசிய கூட்டங்களில் கலந்து கொண்டவர்களும் தங்களது துன்ப துயரங்களில் இருந்து விடுதலை பெற்றார்கள்.

வணிக நிறுவனம் ஒன்றில் மொழிபெயர்ப்பாளராகச் சிறிது காலம் பணியாற்றி வந்தார் இவர். தமது வாழ்நாள் முழுவதையும் இதிலேயே கழிக்கப் போவது இல்லை என்பது அவருக்குத் தீர்மானமாகத் தெரிந்தது.

பின்னாளில் தமது எண்ணங்களைச் செயல்படுத்து வதற்குப் பொருள் வேண்டி இருக்கும் என்பதை அவர் உணர்ந்திருந்தார். இதற்காகத் தமது வருவாயில் குறிப் பிட்ட பகுதியைத் தனியாக எடுத்து வைத்துச் சேமிக்கத் தொடங்கினார்.

சாதி,மத பேதமற்ற ஓர் உண்மை நெறியைப் பற்றிய விளக்கங்களை அச்சிட்டு வெளியிட வேண்டும் என்பதில்

தீவிர ஆர்வம் காட்டினார். இந்த நோக்கத்தை நிறைவேற்றும் வகையில் தமது சேமிப்பை வளர்த்து வந்தார்.

இருந்த போதிலும் அவருக்கு எதிர்பாராத அதிர்ச்சி ஒன்று ஏற்பட்டது. இவர் பொருளைச் சேமித்து வந்ததைக் கவனித்து வைத்திருந்த யாரோ ஒரு கள்வன் மொத்தப் பணத்தையும் கொள்ளையடித்துவிட்டுச் சென்றுவிட்டான். திகைத்துப் போய் நின்றுவிட்டார் இவர்.

இந்தத் துன்பம் அவரைப் பெரிதும் வாட்டியது. தமது சிக்கலுக்குத் தாமே விடை காணாவிட்டால் எப்படி? காரண காரியங்களை அலச ஆரம்பித்தார்.

உலகம் என்பது உன் எண்ணத்தில்தான் இருக்கிறது. எதை எல்லாம் அடைய வேண்டும் என்று நினைக்கிறாயோ அதை எல்லாமே அடையக் கூடிய ஆற்றல் உன்னிடமே இருக்கிறதுஃ உன்னிடமே எல்லாம் இருக்கும்போது எங்கே எதைத் தேடிக் கொண்டு இருக்கிறாய்?

உன் நோக்கத்தை நிறைவேற்ற இப்போதே புறப்படுஃஅது உன்னால் முடியும்

இப்படி யாரோ சொல்வது போல் அவருக்குத் தோன்றியது. தமது உள்ளுணர்வின் குரலுக்கு மதிப்புக் கொடுத்தார் இவர்.

வாழ்வின் உண்மை என்ற இதழை அச்சிட்டு வெளியிட்டார். இதைப் படித்த எண்ணற்ற வாசகர்கள் பெரிதும் பலனடைந்தார்கள். புற்று நோய், காச நோய் போன்ற கொடிய நோய்களால் அவதிப்பட்டு வந்தவர்களெல்லாம் கூட இவரது வெளியீடுகளைப் படித்து ஆறுதல் அடைந்தார்கள். நோய்த் தொல்லையிலிருந்து விடுதலை பெற்றார்கள்.

அவர்களது இல்லங்களில் அமைதி நிலவியது. கிடைக்க இயலாத பேறுகள் தங்களைத் தேடி வருவதை அவர்கள்

உணர்ந்தார்கள். மனித குலத்தை மீட்க மந்த மாமனிதர் என்று இவரைப் போற்றத் தொடங்கினார்கள். இத்தகைய விளைவு சாதாரண மனிதர்களால் கைகூடாது என்றும் மகத்தான சக்தி கொண்டவர்களால் மட்டுமே முடியும் என்றும் நம்பினார்கள்.

இவரது கொள்கைகளைப் பின்பற்றுவது புதியதொரு மதத்தைப் பின்பற்றுவதற்குச் சமம் என்று மக்கள் கருதத் தொடங்கினார்கள். இதை அவர்கள் பெரும் விருப்பத்தோடேயே மேற்கொண்டார்கள் என்பது கவனிக்கத் தக்கது.

இவரை ஒரு போதும் சந்திக்கவே செய்யாத மேலை நாட்டு எழுத்தாளர்கள் இவரது கருத்துக்களால் கவரப்பட்டார்கள். இருவரும் இணைந்து பல நூல்களை எழுதினார்கள். எது யாரால் எழுதப்பட்டது என்பதைப் பிரித்துப் பார்ப்பது கடினம்.

ஆனால் ஒன்றுமட்டும் உண்மை. ஒத்த கருத்துக்களைக் கொண்டவர்கள் எங்கே இருந்தாலும் ஒரே மாதிரித்தான் சிந்திப்பார்கள் என்பது இவரது விசயத்தில் உண்மையாயிற்று.

1985 ஜூன் 17 அன்று இவர் இவ்வுலக வாழ்வை நீத்தார். இதைவிட உன்னதமான நிலையை அடைந்தார் என்றே இந்த நிகழ்வைக் குறிப்பிடுகிறார்கள்.

தமது ஆயுட்காலத்தில் இவர் நானூறுக்கும் அதிகமான புத்தகங்களை எழுதி வெளியிட்டார். இவர் எழுதிய வாழ்வின் உண்மை நூல் மட்டும் 1.4 கோடிப் பிரதிகள் விற்றுத் தீர்ந்து சாதனை படைத்தது.

மருந்தே இல்லாமல் எந்த நோயையும் குணப்படுத்தலாம் என்பது இவரது கருத்து. மேலை நாட்டவர்கள் மன முருகப் பிரார்த்திப்பதன் மூலம் இதைச் சாதிக்கலாம் என்பார்கள். இவரோ மனதில் நினைத்தாலே போதும் என்று சொன்னவர். அதைச் செயலிலும் காட்டியவர்.

ஜப்பானைத் தாயகமாகக் கொண்டு வெளிநாடுகளில் வசித்து வருபவர்களும் இவரது கொள்கைகளைப் பின்பற்றத் தொடங்கினார்கள். தெற்கு பிரேசிலில் இவருக்குப் பெரும் மரியாதை உள்ளது. சிகாகோவிலும் இவருக்குச் சீடர்கள் இருக்கிறார்கள்.

அமெரிக்காவிலும் கனடாவிலும் உள்ள அநேகர் இவரைப் பின்பற்றுகிறார்கள். இந்த இயக்கத்தைத் தோற்றுவித்த பெருமைக்குரிய மனிதர் டாக்டர் மஸா ஹரு தானிகுசி (Dr.Masaharu Danikuchi)

7 முழு ஆற்றலையும் முறையாகப் பயன்பட வைத்தவர்

Mandus   மாண்டஸ்

புதிய சிந்தனைக் கருத்துக்கள் இங்கிலாந்தைப் புரட்டிப் போட்டுக் கொண்டிருந்த நேரம். அதிலும் ஒரு புதுப் பாதை போட்டவர் இவர். இங்கிலாந்தின் பிளாக்பூல் என்ற இடத்தைத் தலைமையக மாகக் கொண்டு இவரது சிந்தனை மையம் செயல்படத் தொடங்கியது.

புதிய சிந்தனைக் கருத்துக்களை மட்டுமே முழுக்க முழுக்கப் பரப்புவது என்பது இவரது எண்ணமாக இருக்க வில்லை. மாறாக ஒருவருக் கொருவர் உதவிக் கொண்டு அனைவரும் நலமாக வாழ வேண்டும் என்ற கருத்தை இவர் வலியுறுத்தினார்.

எவர் மீதும் குறிப்பிட்ட கருத்துக்களைத் திணிக்க இவர் விரும்பிய தில்லை. அவரவர் விருப்பப் படி தேர்ந்தெடுக்கும் கோட்பாடு

களைப் பின்பற்ற உரிமை இருக்கிறது என்பார். எனினும் அனைவரும் தங்களது அன்பையும் உண்மையையும் அடுத்தவர்களின் நன்மைக்காக வெளிப்படுத்த வேண்டும் என்று சொல்வார்.

பழமையை முற்றிலும் புறக்கணிப்பதை இவர் ஆதரிக்கவில்லை. பழமையும் புதுமையும் கைகோர்த்துச் செல்ல வேண்டும் என்பதே இவரது எண்ணம். அதனை வலியுறுத்தும் வகையில் இவர் பாடுபட்டார்.

பழமைக்கும் புதுமைக்கும் பாலமாக விளங்கினார். அனைவரும் விரும்பி ஏற்றுக்கொள்ளக் கூடிய கருத்தே புதிய சிந்தனைக்குப் பலம் சேர்க்கும் என்றார்.

இங்கிலாந்தில் உள்ளது ஹார்ட்டில்பூல் என்ற நகரம். கடற்கரையோரத்தில் அமைந்த துறைமுக நகரம் இது. இங்கு 1907-ஆம் ஆண்டு பிறந்தவர் இவர். இவரது தந்தை கப்பல் நிறுவனம் ஒன்றில் பணியாற்றி வந்தார்.

இளம் வயதில் இவர் எல்லாக் குழந்தைகளையும் போலவே மிகவும் குறும்புக்காரராக விளங்கினார். இவரது இளம் வயது விளையாட்டுக்கள் பலவும் ஆபத்து நிறைந்தவையாக இருந்திருக்கின்றன.

தோழர்களைச் சேர்த்துக் கொள்வார். கையில் கிடைக்கும் சில்லறைகளைச் சிக்கனமாகச் சேர்த்து வைப்பார். இப்படிச் சேர்த்து வைக்கும் பணத்தைக் கொண்டு வேதிப் பொருட்களை வாங்கிக் கொள்வார்.

இவற்றை மைப்புட்டிகளில் நிரப்புவார். நாட்டு வெடி குண்டுகளை இந்த முறையில் தயாரிப்பதில் இவர் கை தேர்ந்தவரானார். இந்த குண்டுகளால் இவர் வாழ்ந்து வந்த வீடும் அண்டை வீடும் தரைமட்டமானது வேறு கதை.

இவரது இந்த முயற்சிகள் கடும் எதிர்ப்பைச் சந்தித்தன. பலரும் இவரை வெறுக்கத் தொடங்கினார்கள். ஆபத்தானவர் என்று முத்திரை குத்தப்பட்டார் இவர்.

தமது புரட்சிகர எண்ணங்களால் நாடாளுமன்றத் தையே வெடி வைத்துத் தகர்ப்பது என்கிற அளவுக்குத் தீவிரம் காட்டியவர் இவர். ஆனால் அந்தத் திட்டம் நிறை வேறவில்லை.

ஒரு நாள் முகம் பார்க்கும் கண்ணாடியின் முன் நின்று பார்த்துக் கொண்டிருந்தவருக்குத் திடீரென்று அந்த எண்ணம் தோன்றியது. முடிவற்ற வாழ்க்கையும் அள வற்ற பாதுகாப்பும் எங்கோ இருக்கத்தான் செய்கிறது என்பதை உணர்ந்தார்.

இந்த எண்ணம் அவரது மனதில் ஆழமாகப் பதிந்தது. முடிவே இல்லாத வாழ்க்கையை வாழத் தம்மால் முடியும் என்று உறுதியாக நம்பினார். இந்த எண்ணம் அவருக்கு அழிக்க முடியாத கற்பனை யாக மனதில் பதிந்தது.

கையில் கிடைத்த ஆணி ஒன்றை எடுத்துக் கொண் டார். கண்ணாடியின் சட்டத்தில் எழுதத் தொடங்கினார். நான் முடிவற்ற வாழ்க்கையை வாழ்வேன் என்று அதில் எழுதி வைத்தார்.

இவரது பெற்றோர்கள் மிகுந்த மத நம்பிக்கை கொண்டவர்கள். தேவாலய விதிகளை இம்மியளவும் பிறழாமல் பார்த்துக் கொண்டு வாழ்க்கை நடத்தியவர்கள்.

அப்படிப்பட்ட பெற்றோர்களின் மகனாகப் பிறந்த இவர் முடிவற்ற வாழ்க்கை என்றெல்லாம் சொல்லிக் கொண்டு இருந்தது அவர்களுக்கு மனக் கவலையை அளித்திருக்க வேண்டும்.

பத்தொன்பது வயது நடந்து கொண்டிருந்த போது இவர் தமது இல்லத்தைவிட்டு வெளியே கிளம்பினார். தென் அமெரிக்கா போய்ச் சேர்ந்தார். ஏழு ஆண்டுக் காலம் அங்கேயே கழித்தார். மீண்டும் இங்கிலாந்து திரும்ப வேண்டும் என்ற ஏக்கம் மனதில் உருவாயிற்று. உடனே கப்பலேறினார்.

இருபத்தாறு வயதில் திரும்பவும் இங்கிலாந்திற்கே வந்து நின்றார். தமது நீண்ட நாள் நண்பர் ஒருவரைச் சந்திக்கச் சென்றார். முன்பு பார்த்ததற்கும் இப்போது பார்ப்பதற்கும் நண்பரிடம் நிறைய மாற்றங்கள் இருப்பதை உணர்ந்தார்.

நண்பரின் போக்கு வித்தியாசமாக இருப்பதைத் தெரிந்து கொள்ள அதிக நேரமாகவில்லை. இதற்கு என்ன காரணம் என்பதை நண்பரிடமே விசாரித்தார். நண்பரும் அதனை விளக்க முற்பட்டார்.

சாதாரணமாகத் தொடங்கிய இந்த உரையாடல் இரவு வெகு நேரமாகியும் தொடர்ந்தது. தனக்குள் ஏதோ ஒரு சக்தி புகுந்து கொண்டு இருப்பதை உணர்வதாக அந்த நண்பர் எடுத்துச் சொன்னார்.

அந்தச் சக்தி என்ன சொல்கிறதோ அதையே தாம் செய்து கொண்டு இருப்பதாகவும் விளக்கினார். இதைக் கேட்டபோது இவருக்கு வியப்புத் தாளவில்லை.

அதுவரை அவர் தனக்குச் சொந்தமாக எந்தவொரு மறை நூலையும் வைத்திருக்கவில்லை. நண்பரிடம் பேசிவிட்டு வந்த பிறகு ஒரு மறைநூலை வாங்கிப் படிக்க ஆரம்பித்தார்.

அதிலிருந்த நான் ஓர் உண்மையான திராட்சைச் செடி என்று தொடங்கும் பகுதியைப் படித்துப் பார்த்தார். இவருக்குள்ளும் அத்தகைய எண்ணம் தோன்றியது. பிறருக்குப் பயன் அளிப்பதாக இருப்பதே வாழ்க்கையின் நோக்கம் என்று அப்போது முதல் உணரத் தொடங்கினார். தமது வாழ்க்கையையும் அவ்வாறே அமைத்துக் கொள்ள வேண்டும் என்று எண்ணினார்.

அத்தகைய வாழ்க்கையை வாழ்வதற்கு எவ்வளவோ வாய்ப்புகள் இருக்கின்றன என்பதையும் கண்டு கொண்டார்.

இந்த நிலையில் இரண்டாவது உலகப் போர் மூண்டது. அதனால் மக்கள் சொல்லொணாத் துயரங்களை அனுப வித்தார்கள். இவற்றிலிருந்து விடுதலை பெற என்ன செய்ய வேண்டும் என்பதே இவரது சிந்தனையாக இருந்தது.

நண்பர் ஒருவர் இவருக்கு வழிகாட்ட முன்வந்தார். அமைதியாக இருந்து கொண்டு தியானம் செய்வது எப்படி என்பதை அவர் இவருக்குக் கற்றுக்கொடுத்தார். அதுவரை இது பற்றித் தெரிந்து கொள்ளாமல் இருந்த இவர் மிகுந்த விருப்பத்தோடு அந்தக் கலையைக் கற்றுக் கொண்டார்.

அதில் தேர்ச்சியும் பெற்றார். அதற்குப் பின் பல மணி நேரங்கள் இவர் தியானத்தில் ஆழ்ந்துவிடுவார். இவரைப் பற்றிக் கேள்விப்பட்ட பலரும் தங்களது பிரச்சனைகளை இவரிடம் எடுத்துச் சொல்ல ஆரம்பித்தார்கள்.

அவற்றைக் கவனமாகக் கேட்டுக் கொண்ட பின் அந்தப் பிரச்னைகளுக்குத் தமது மனிதில் தோன்றிய தீர்வு களை அவர்களுக்கு எடுத்துச் சொல்வார். துன்ப துயரங்களால் அலைக்கழிக்கப்பட்டவர்கள் இவரை நாடி வந்து ஆறுதல் பெற்றுச் செல்வது நாளுக்குநாள் அதிகரிக் கத் தொடங்கியது.

அப்போது தாம் செய்து வந்த தொழிலை முடிவுக் குக் கொண்டுவருவது பற்றி இவர் யோசித்தார். கடுமையான பொருளாதார நெருக்கடியில் சிக்கிக் கொண்டிருந்த தனது தொழிலைக் கைவிட்டார். மக்க ளுக்கு ஆறுதல் அளிக்கும் செயலையே தமது முழுநேரப் பணியாக ஆக்கிக் கொண்டார்.

உலகிலுள்ள அனைவரும் மகிழ்ச்சியோடு இருக்க வேண்டும் என்பதே என் குறிக்கோள். இதை எப்பாடுபட்டும் நிறை வேற்றுவேன்.

எனது இந்த எண்ணம் உயர்ந்ததாக இருப்பதாலும் அதைக் கண்டிப்பாக நிறைவேற்றுவேன் என்பதாலும்

உலகிலேயே அதிக மகிழ்ச்சியான மனிதனாக நான் விளங்குகிறேன் என்பார் இவர்.

தமது கருத்துக்களைப் பரப்புவதற்கு வசதியாக ஒரு பிரார்த்தனைக் கூடம், ஓர் அலுவலக அறை கொண்ட அமைப்பை ஏற்படுத்தினார்.

அப்போது இவரைத் தேடி ஓர் அம்மையார் வந்தார். அவருக்கு வயது அறுபது இருக்கும். மூட்டு வாதத்தால் பாதிக்கப்பட்டிருந்தார் அந்தப் பெண்மணி. மிக மிகச் சிரமப்பட்டே அவரால் நகர முடியும்.

நோயால் துன்பமுறும் இந்தப் பெண் நலம் பெற வேண்டும் என்று உளமார விரும்பினார் இவர். அதற்காகப் பிரார்த்தனை செய்யத் தொடங்கினார்.

மற்றவர்களின் துன்பத்தைப் போக்க வேண்டும்ஃ அவர்களை மகிழ்ச்சியாக வைத்துக் கொள்ள வேண்டும் என்று விரும்பும் எவரும் தங்களைத் தாங்களே வருத்திக் கொண்டாலும் தங்களது கொள்கையில் வெற்றி பெறுவார்கள்.

இவரும் அத்தகைய வெற்றியைப் பெற்றார். மூட்டு வாதத்தால் துன்பப்பட்டு இவரைத் தேடி வந்த பெண்மணி உடல் நலம் பெற்றார்.

துன்பப்படுவர்களைப் பார்த்து மனமிரங்கி அவர்களது துன்பம் தொலைய வேண்டும் என்று வேண்டினால் இவரது வேண்டுகோள் செவிசாய்க்கப்படுகிறது என்பது இவருக்குப் புலனாயிற்று. அத்தகைய ஆற்றல் கைவரப் பெற்றுவிட்டோம் என்ற நம்பிக்கை இவரிடம் சுடர்விட்டது.

தனிமனிதத் துன்பங்கள் முதற்கொண்டு உலகின் எந்தவொரு பிரச்சனையையும் தம்மால் முடிவுக்குக் கொண்டுவர முடியும் என்று இவர் உறுதியாக நம்பினார். தன்னால் போர்களையும் தடுத்து நிறுத்த இயலும் என்று இவர் கருதினார்.

இவரை நாடி வந்தவர்களில் பலருக்கு உடனடியாகக் குணம் ஏற்பட்டது. சிலருக்குச் சிறிது தாமதமாகவே நலமானது. வேறு சிலருக்கு உடல் அளவில் எந்த மாற்றமும் நிகழவில்லை. ஆனால் அவர்களது உள்ளம் பக்குவப்பட்டது. அவர்களுடைய தன்னம்பிக்கை அதிகரித்தது.

தம்மைத் தேடி வந்தவர்களுக்கு இதமளிக்கும் தொண்டைத் தொடர்ந்து கொண்டிருந்தார். இவர் இந்தச் செய்தி பல நாடுகளுக்கும் பரவியது. நேரில் வர முடியாதவர்கள் கடிதம் வாயிலாகத் தகவல் தெரிவிக்க ஆரம்பித்தார்கள்.

தினமும் நூற்றுக்கணக்கான கடிதங்கள் இந்த வகையில் வந்து குவியத் தொடங்கின. கடிதம் எழுதியவர்களின் துன்பங்களும் தீர வேண்டும் என்று கடுமையாகப் பிரார்த்திக்க ஆரம்பித்தார் இவர்.

இவரது நோக்கம் முழுவதும் துன்பமுறுவோருக்கு ஆறுதல் என்பதாகவே இருந்தது. இந்த உயரிய நோக்கமே அதனைச் செயல்படுத்துவதற்கான ஆக்கத்தையும் ஊக்கத்தையும் அளித்தது.

நேரம், வெளி இரண்டையும் கடந்து மனதின் ஆற்றல் எங்கும் பரவும்ஃ. எதையும் சாதிக்கும் என்பது இவரது விசயத்தில் உண்மையாயிற்று. இவரை நேரில் சந்தித்திராதவர்கள் கூடக் கடிதம் மூலமாகத் தெரிவித்த தங்களது கோரிக்கைகள் நிறைவேறக் கண்டார்கள்.

தம்மை நாடி வருபவர்களுக்கு மட்டுமல்லாமல் உலகம் முழுவதற்கும் தமது ஆற்றல் பயன்பட வேண்டும் என்று விரும்பினார் இவர். தமது கருத்துக்களை உலகெங்கும் பரப்ப வேண்டும் என்று உணர்ந்தார்.

ஆனால்அதைச் செயல்படுத்துவதற்குத் தேவையான அடிப்படைப் பயிற்சியைப் பெற்றிருக்கவில்லையே என்பதை நினைத்து வருந்தினார்.

பலரும் திரண்டிருக்கும் கூட்டத்தின் மத்தியில் அவர்களைக் கவரும் விதத்தில் பேசும் கலையைக் கற்றுக் கொள்ளாதது குறித்துக் கவலைப்பட்டார். இருப்பினும் அவரது விருப்பம் மட்டும் வளர்ந்து கொண்டேதான் இருந்தது.

பேச எழுந்தாலே பலருக்கும் உடல் நடுங்கும். இவருக்கும் அப்படித்தான் இருந்தது. தமது கருத்துக்கள் இன்னும் அதிகமான பேர்களைச் சென்றடைய வேண்டும் என்பது மட்டுமே இவரது குறிக்கோளாக இருந்ததால் துணிவை வரவழைத்துக் கொண்டு பேச எழுந்தார்.

அதற்கு முன் கூட்டங்களில் பேசியவரல்ல அவர். கையிலும் எந்தவிதமான குறிப்பையும் அவர் எழுதி வைத்துக் கொண்டிருக்க வில்லை. ஆனால் என்ன ஆச்சரியம்? பேச ஆரம்பித்ததும் மடை திறந்த வெள்ளம் போல் சொற்பொழிவாற்றத் தொடங்கினார்.

வார்த்தைகள் தங்கு தடையின்றி வந்து விழுந்தன. தேர்ந்த சொற்பொழிவாளரைப் போல் பேசி முடித்தார். தம்மால் அது முடியும் என்று நினைத்தார். முடித்துக் காட்டினார்.

உலகம் முழுவதும் இவரது பேச்சைக் கேட்க ஆர்வம் காட்டியது. ஒரே இடத்தில் இருந்து கொண்டு செயல் படுவதைவிட உலகெங்கும் பயணித்துத் தமது கருத்துக் களைப் பரப்ப விரும்பிய இவரது விருப்பம் நிறைவேறத் தொடங்கியது.

உலகின் பல பகுதிகளிலும் இருந்து அழைப்புகள் வரத் தொடங்கின. இவரது கூட்டங்களுக்கு மக்கள் வெள்ளம் அலைமோதியது. அலைகடலெனத் திரண்ட மக்கள் கூட்டத்தில் இவர் உரையாற்றினார். அதற்குப் பிறகு பேச்சில் தடை என்ற பேச்சுக்கே இடமிருக்கவில்லை.

ஒரு நாள் இரவு. நன்கு உறங்கிக்கொண்டிருந்தவருக்குத் திடீரென்று விழிப்பு வந்தது. கூட்டங்களில் பேசுவதை விடவும் மேலும் தீவிரமாகச் செயல்பட வேண்டும் என்ற உத்வேகம் உதித்தது. இதைச் செயல்படுத்த என்ன வழி?

பத்திரிகை ஒன்றை ஆரம்பிக்க வேண்டும் என்று அப்போதே முடிவு செய்தார். ஆனால் லட்சக் கணக்கில் பிரதிகளை அச்சிட வேண்டுமே.. அதற்கான பணத்திற்கு எங்கே போவது?

உங்கள் நோக்கம் உயர்ந்ததாக இருக்குமானால் அதை நிறைவேற்றுவதற்கு உண்டான வழிகள் தன்னால் பிறக்கும். இவருக்கும் அப்படித்தான் நேர்ந்தது.

பத்திரிகையை அச்சிடக் கொடுத்துவிட்டார். அச்சகத்திற்குக் கொடுக்கப்பட வேண்டிய தொகை பற்றிய தகவல் இவருக்கு வந்து சேர்வதற்கு முன்பே அதற்கெல்லாம் ஏற்பாடு செய்தாகிவிட்டது என்ற செய்தி எட்டியது.

யாரெல்லாம் இவரது பத்திரிகைப் பிரதியை விரும்பிக் கேட்டார்களோ அவர்களுக்கெல்லாம் அது இலவச மாகவே அளிக்கப்பட்டது. ஆண்டுக்குப் பத்து லட்சத்திற் கும் அதிகமான பிரதிகள் இந்த வகையில் விநியோகிக்கப் பட்டன.

பிரதிகளை அச்சிட்டு விடலாம். அவற்றை வெவ்வேறு இடங்களுக்கு அனுப்பி வைக்க வேண்டுமானால் அஞ்சல் தலை ஒட்ட வேண்டும் இல்லையா? இந்தச் செலவுக்கு என்ன செய்வது? மீண்டும் சோதனையா?

இல்லை. பல லட்சம் பிரதிகள் உரிய முகவரிகளுக்குப் போய்ச் சேர உதவி வந்து சேர்ந்தது. இரண்டே இரண்டு அறைகளுடன் துவக்கப்பட்ட இவரது அமைப்பு மேலும் வசதியான இடத்திற்கு மாறியது.

கடிதங்கள் வாயிலாகத் தமக்குக் கிடைக்கும் கோரிக்கைகளை அப்படியே வேண்டுதல் மேடையின் மேல் பரப்பி வைத்துவிட்டுப் பிரார்த்திக்கத் தொடங்குவார்.

நீங்கள் சொல்வதைக் காது கொடுத்துக் கேட்க யாராவது இருந்தார்கள் என்றால் உங்கள் கோரிக்கை நிச்சயமாக நிறைவேற்றப்படும் இல்லையா?

இதில் இவர் தீவிர நம்பிக்கை கொண்டவராக இருந்தார்.

இவர்கள் எல்லாரும் துன்பமடைந்து கொண்டு இருக்கிறார்கள். இவர்களது துன்பங்கள் நீங்க வேண்டும்ஃஎன்பதே இவரது பிரார்த்தனையின் முக்கிய அணுகு முறையாக இருந்தது.

கடிதங்கள் மூலமாகத்தான் இத்தகைய கோரிக்கையை முன் வைக்க வேண்டுமா? ஒலிநாடாக்களில் பதிவு செய்து அனுப்புகிறோம் என்று பலரும் ஆரம்பித்தார்கள். கடிதங்களைக் கையாண்ட அதே விதத்திலேயே ஒலிநாடாக்களையும் பரப்பி வைத்துவிட்டு வேண்டுதல் செய்யத் தொடங்குவார் இவர்.

வழிகள் வேறுபட்டவையாக இருக்கலாம். ஆனால் நோக்கம் ஒன்றுதானே? வானொலி, ஒலிநாடா மூலமாகவும் பலரும் இவரது உதவியை நாடினார்கள். நாடியவர்கள் நலம் பெற்றார்கள்.

மனிதர்களிடம் அளவற்ற ஆற்றல் இருக்கிறதுஃ அதில் ஒரு சிறு பகுதியை மட்டுமே அவர்கள் பயன்படுத்துகிறார்கள். தங்கள் ஆற்றலின் முழு அளவையும் பயன்படுத்த முடியும் என்பதை உணர்ந்தால் அவர்கள் எதையும் சாதிக்கலாம் என்பது இவரது கருத்து.

இதை உலகிற்கு உணர்த்திய ஒப்பற்ற மனிதர்தான் மாண்டஸ் (Mandus)

8 மூன்று துறைகளில் முத்திரை பதித்தவர்

Alfred North Whitehead ஆல்பிரட்நார்த் ஒயிட்ஹேட்

சிறந்த கணித மேதையாகவும் தத்துவ அறிஞராகவும் திகழ்ந்தவர் இவர். 1861-ஆம் ஆண்டு இங்கிலாந்தில் பிறந்தார். வீட்டிலேயே தமது பதினான்காவது வயது வரை கல்வி கற்றார். அதன்பின் 1884-இல் கேம்பிரிட்ஜ் பல்கலைக் கழகத்தைச் சேர்ந்த டிரினிட்டி கல்லூரியில் படித்துப் பட்டம் பெற்றார்.

தாம் பயின்ற கல்லூரியிலேயே 1911-ஆம் ஆண்டுவரை கணித விரிவுரையாளராகப் பணியாற்றினார். பிறகு இலண்டன் பல்கலைக் கழகத்தில் கணிதம் மற்றும் இயந்திரவியல் கற்பிக்கும் விரிவுரையாளரானார். இங்கேயே கணிதப் பேராசிரியராகவும் உயர்ந்தார்.

இவரது திறமையைப் பற்றிக் கேள்விப்பட்ட ஹார்வர்ட் பல்கலைக் கழகம் அங்கு அழைத்தது. அங்கு தத்துவப் பேராசிரியராகச் சென்று சேர்ந்தார். இதிலேயே தமது இறுதிக் காலம் வரை தொடர்ந்தார். 1947-இல் தமது 86-வது வயதில் காலமானார்.

கணிதத்திலும் தர்க்கத்திலும் ஒப்புயர்வற்ற பல கருத்துக் களை வெளியிட்டார் இவர். அறிவியலிலும் அளவற்ற சாதனைகளைப் புரிந்தார்.

புகழ்பெற்ற அறிஞரான பெட்ரண்ட் ரஸ்ஸலுடன் இணைந்து கணிதக் கோட்பாடுகள் குறித்த நூல் ஒன்றையும் எழுதி வெளியிட்டார். இது தர்க்கரீதியான வாதத்தில் குறிப்பிடத்தக்க சாதனை என்று உலகெங்கும் உள்ள அறிஞர்களால் போற்றப்பட்டது.

அறிவியலை அடிப்படையாகக் கொண்டு பிற இயல்களை விளக்க முற்பட்டார் இவர். அதுவரை வழக் கத்தில் இருந்த தத்துவங்களால் விளக்கிச் சொல்ல இயலாத பல கருத்துக்களுக்குக் காரணங்களை ஆராய்ந்தார்.

பொருள், வெளி, காலம் ஆகிய மூன்றுக்கும் உள்ள தொடர்பை விரிவாக ஆராய்ந்து விளக்கம் சொல்ல முயன்றார். தலைசிறந்த கல்வியாளராக விளங்கிய இவரது இந்த முயற்சிகள் மக்களிடையே பெரும் எதிர்பார்ப்பை உருவாக்கின.

கணிதம், தர்க்கம், அறிவியல் ஆகிய துறைகளில் மிகச் சிறந்த திறமை பெற்றவராக விளங்கினார் இவர். ஒருவரே இப்படி மூன்று துறைகளில் சிறந்து விளங்குவது என்பது அரிதான விசயம்.

தமது வாழ்நாளின் இறுதிக் காலங்களில் இவர் தத்துவம் பற்றிய விளக்கங்களை விரிவாக அளித்து வந்தார். பொருள், வெளி, காலம் ஆகியவற்றிற்கிடையே உள்ள தொடர்பைத் தெளிவாக விளக்க முற்பட்டார்.

தொடர்ச்சியான நிகழ்வுகளும் செயல்களுமே பொருட்களாக மாறுகின்றன என்றார்.

இதனை விளக்கும் நூல் ஒன்றையும் எழுதி வெளியிட்டார். இந்தக் கருத்து பலராலும் ஏற்றுக்கொள்ளப்பட்டது. இதைப் பின்பற்றுவோரின் எண்ணிக்கை அதிகரித்தது.

இவரது கருத்தின் அடிப்படையில் புதிய சிந்தனை மலர்ந்தது. எதையும் கண்ணை மூடிக் கொண்டு எந்தக் கேள்வியும் கேட்காமல் ஏற்றுக்கொண்டு வந்த மக்களைத் தட்டி எழுப்பி விழிப்படைய வைத்த இவருடைய பெயர் ஆல்பிரட் நார்த் ஒயிட்ஹெட் (Alfred North Whitehead).

9. 20 நூற்றாண்டில் இணையற்ற பெண்மணி

Agnes Sanford   அக்னஸ் ஸான்ஃபோர்ட்

தீவிர மத நம்பிக்கை கொண்ட பெற்றோர்களுக்கு மகளாக 1897-ஆம் ஆண்டு பிறந்தவர் இவர். இருபதாம் நூற்றாண்டில் மனதின் ஆற்றல்களை அற்புதமாக வெளிப்படுத்தியவர் இவர். இவர் எழுதிய நலமளிக்கும் ஒளி என்ற புத்தகம் ஐந்து லட்சம் பிரதிகள் விற்றுச் சாதனை படைத்தது.

பல எழுத்தாளர்களின் படைப்புகள் அவர்களது சொந்த அனுபவத்தின் விளைவாக உருவானவையாக இருப்பது இயல்பு. இவரது படைப்புகளையும் அந்த வகையிலேயே சேர்க்கலாம்.

நீண்ட காலமாகவே இவர் மன உளைச்சலால் அவதிப் பட்டு வந்தார். அதற்கு நிரந்தரத்

தீர்வு காண வேண்டும் என்ற எண்ணம் இவருக்குள் கொழுந்து விட்டு எரிந்து கொண்டிருந்தது. அந்தத் தேடலின் பலனாகவே இவர் உலகிற்கே பயன்படும் உன்னத எழுத்துக்களைப் படைத்தார்.

எனக்கு உள்ள குறைபாடு நீங்க வேண்டும். இதுவே எனது சிந்தனை, செயல், மூச்சாக இருக்கும் என்று தீவிரமாக இறங்கினார் இவர். அவரது எண்ணம் பலித்தது. படிப்படியாக அவர் தமது துன்பங்களிலிருந்து விடுபட்டார். இதற்குக் காரணம் அவர் தம்மேல் கொண்டிருந்த நம்பிக்கைதான்.

எதையும் காட்சிப்படுத்தக் கற்றுக் கொள்ள வேண்டும் என்பது இவரது கருத்து. இதைப் பின்பற்றினால் எந்தக் காரியத்தையும் சாதிக்கலாம் என்பதை இவர் நிரூபித்துக் காட்டினார்.

உங்கள் உள்ளத்தில் என்னென்ன எண்ணங்கள் ஓடுகின்றனவோ அவை எல்லாவற்றையும் காட்சிப்படுத்துங்கள். அவை அனைத்துமே நனவாகும் என்றார் இவர்.

என்னிடம் உள்ள குறைபாடுகளை அகற்ற என்னால் முடியும் என்று சிந்தியுங்கள் என்பார். குறைகள் அனைத்தும் நீங்கி விட்டதைப் போல் கற்பனை செய்து பழகுங்கள் என்று தெரிவிப்பார்.

இதைத் தீவிரமாக நம்பி அதன்படி செயல்பட்டால் எந்தச் செயலையும் நடத்திக் காட்ட முடியும் என்பார். இவரது கருத்துக்கள் மக்களிடையே பெரும் வரவேற்பைப் பெற்றன.

உங்களுக்குத் தீமை செய்தவர்களையும் மன்னியுங்கள் என்றார் இவர். அப்படி மன்னிப்பதையும் மனக் கண் முன்னால் காட்சிப்படுத்திப் பாருங்கள் என்று சொல்வார். எதிரிகளை மன்னிப்பதால் உங்களுக்குக் கிடைக்கும் மன அமைதியை அனுபவியுங்கள் என்பார்.

உங்களிடம் எண்ணற்ற ஆற்றல் ஒளிந்திருக்கிறது. இதை உங்களிடமிருந்து மற்றவர்களுக்குப் பரவும்படி செய்ய உங்களால் முடியும்... நீங்கள் செய்ய வேண்டியதெல்லாம்.. அப்படியொரு செயலை உங்களால் செய்ய முடியும் என்று நம்புவதுதான் என்று சொல்வது இவரது இயல்பு.

நேர்மறை எண்ணங்களை வளர்த்துக் கொண்டால் நமக்கு நாமே நன்மை செய்து கொள்ளவும் பிறருக்கு நன்மை செய்யவும் முடியும் என்று காட்டி இருக்கிறார்.

1982-இல் இயற்கை எய்திய இந்தப் பெண்மணியின் பெயர் ஆக்னஸ் ஸான் ஃபோர்ட்.

10 உன்னை உணர் என்று உயர்த்தியவர்

Willams Samuel   வில்லியம் சாமுவேல்

அழிந்துவிடக் கூடிய வாழ்க்கையை வாழும் பரபரப்பானவர்கள் இந்த உலகத்தைப் பற்றி என்ன சொல்வார்கள்? இது பரபரப்பான உலகம். ஒழுங்கற்றது என்பார்கள்.

அப்படிச் சொல்வது தவறு. உலகில் நடக்கும் ஒவ்வொரு செயலும் தெளிவாகவும் சீரான ஒத்திசைவோடும்தான் நடக்கின்றன என்பதை நம்மால் உணர்ந்து கொள்ள முடியும். இதை ஒவ்வொருவரது உள்ளுணர்வும் சொல்லும்.

இந்தக் கருத்தை உறுதிப்படுத்தும் விதமாக வாழ்ந்து காட்டியவர் இவர்.

மன நுணுக்கஇயல், உண்மை, மதம், அறிவியல், தன்னைத்

தானே உணர்தல் போன்ற பல துறைகளில் எண்ணற்ற கருத்துக்களை எழுதிக் குவித்தவர் இவர். பலராலும் நேசிக்கப்பட்டவர். எளிமையானவர். மென்மையாகப் பேசக் கூடியவர். அருமையான ஆசிரியர்.

இவரது கருத்துக்களைக் கேட்டவர்களும் இவரது நூல்களைப் படித்தவர்களும் இவர்பால் ஈர்க்கப்பட்டார்கள். அத்தகையவர்களது உள்ளங்களில் ஒரு புத்தெழுச்சி தோன்றியது.

உன்னை நீயே உணர் என்பதே இவரது கருத்துக்களின் அடிப்படை. இரத்தினச் சுருக்கமாகச் சொல்வதானால் இதுதான் அவரது போதனை. சாதனை.

அமெரிக்காவின் அலபாமா பகுதியில் மவுண்ட்ப்ரூக் என்ற இடத்தில் பிறந்து வளர்ந்தவர் இவர். இந்தப் பிரபஞ்சமே என் வீடு என்று சொல்லியவர் இவர். இருந்தாலும் அலபாமாவின் வயல்வெளிகளிலும் அமைதியான மலைகளிலும் உலவுவதைவிட இவருக்குப் பிடித்தமானது வேறு ஒன்றும் இருந்திருக்காது.

தமது வாழ்நாள் முழுவதையும் உண்மையைத் தேடி அலைவதற்கே செலவிட்டவர் இவர். ஒன்றைப் பற்றி அறிந்து கொள்ளச் சிறந்த வழி என்னவென்றால் அந்த ஒன்றாகவே ஆகிவிடுவதுதான் என்பார்.

கீழை நாடுகளின் தத்துவங்களின் மேல் இவருக்கு அளவுகடந்த மதிப்பும் மரியாதையும் இருந்தது. உண்மையை அறியும் வேட்கை காரணமாக இவர் உலகையே வலம் வந்தார். இரு முறை இவ்வாறு உலகப் பயணம் செய்த இவர் கீழை நாடுகளின் கருத்துக்களுக்கு அதிக முக்கியத்துவம் அளிக்கலானார். நீண்ட காலம் அங்கேயே தங்கி இருந்தார்.

அடிப்படையில் ஒரு போர் வீரராகவே தமது வாழ்க்கையைத் தொடங்கினார். அதன்பின் தம்மை ஒரு சிறந்த எழுத்தாளராக நிலை நிறுத்திக் கொண்டார்.

கவர்ந்து இழுக்கும் பேச்சாளராகவும் விளங்கினார். நல்ல ஆசிரியர் என்றும் மதிக்கப்பட்டார். எப்போதும் திறந்த வெளியே இவரை ஈர்த்துக் கொண்டிருந்தது. இதில் அவருக்கு இருந்த விருப்பத்தை அளவிட முடியாது.

தமது பேருரைகளைத் திறந்த வெளிகளில் நிகழ்த்துவதை இவர் பெரிதும் விரும்பினார். பைன் மரக் காடுகளின் கீழ் அமர்ந்து உரையாற்றுவார். இல்லையேல் தமது படகில் பயணித்தபடியே விரிவுரையாற்றுவார். இது ஒரு சிறு படகு வீடு. அமைதியான கூஸா நதியில் இந்தப் படகைச் செலுத்திக் கொண்டே பல்வேறு விசயங்களைப் பற்றிப் பேசுவதில் இவருக்கு மிகுந்த ஈடுபாடு உண்டு. இந்த படகு வீடு லாலிகோக் என்று குறிப்பிடப்பட்டது.

புரிந்து கொள்ள முடிவதைத் தாண்டிய அமைதி என்பது இவரது கருத்துக்களில் ஒன்று. இதனுடன் ஒத்துப் போகிறவர்கள் உலகின் எந்த மூலையில் இருந்தாலும் அவர்களுடன் அளவளாவுவதில் இவருக்குப் பெரு விருப்பம் உண்டு.

எத்தனையோ அறிஞர்கள் இப்படித்தான் வாழ வேண்டும் என்று எழுதி வைத்துவிட்டுப் போயிருக்கிறார்கள். இவர் எழுதியதோடு மட்டும் நிற்கவில்லை. அதன்படி வாழ்ந்தும் காட்டியவர்.

நம்மை நாமே உணர்ந்து கொண்டால் அமைதி தன்னால் தேடி வரும் என்பார். ஆனந்த பரவச நிலையை ஒவ்வொருவரும் உணர முடியும் என்று உறுதிபடச் சொல்வார்.

இவரை ஆசிரியர்களின் ஆசிரியர் என்று போற்றுவார்கள். இது வெறும் பெருமைக்காகச் சொல்லப்பட்டதல்ல. எத்தனையோ ஆசிரியர்கள் இவரிடம் கற்றுக் கொள்ளக் காத்து நின்றார்கள். கற்றுக் கொண்டார்கள். கடைப்பிடித்தார்கள்.

தத்துவ அறிஞர்கள் இவரைத் தேடி வந்தார்கள். இறையியலாளர்கள் கருத்துக்களைப் பரிமாறிக் கொண்டார்கள். மிகப்பெரும் கல்வியாளர்கள் கற்றுத் தரும்படி கேட்டுக் கொண்டார்கள்.

இயற்பியல் வல்லுநர்களும் கணித மேதைகளும் இவரைக் கண் பேச விரும்பினார்கள். டாவோயிஸ, புத்த மத விற்பன்னர்களும் இவருடன் உரையாடுவதை ஆழ்ந்து ரசித்தார்கள்.

இவரிடம் கற்றுக் கொள்ள வந்தவர்கள் கற்றுக் கொண்டார்கள். தாங்கள் கற்றுக் கொண்டதை உலகெங்கும் பரப்பினார்கள்.

உன்னை உணர்ந்தால் உலகத்தில் முடியாததில்லை. இதை எடுத்துச் சொன்ன இவர்தான் வில்லியம் சாமுவேல்.

11. நம்பினால் நடக்கும் என்பதை நடைமுறைப்படுத்தியவர்

Thomas troward — தாமஸ் ட்ரோவர்ட்

இந்தியாவை ஆண்டு கொண்டிருந்த பிரிட்டிஷ் ஏகாதிபத்தியத்தில் துணை ஆணையர் பதவி என்பது எத்தனை பலம் வாய்ந்தது என்பது சொல்லித் தெரியத் தேவையில்லாத ஒன்று.

பிரிக்கப்படாத பஞ்சாப் மாநிலத்தில் மண்டல நீதிபதியாகவும் இவர் பணி யாற்றி வந்திருக்கிறார். சுமார் இருபத்தேழு ஆண்டுக் காலம் இந்தப் பெருமைக்குரிய பதவியை அலங்கரித்தவர் இவர்.

மக்கள் என்றென்றும் இவரை மறக்க இயலாத பல மாபெரும் பணிகளை இவர் இந்தக் காலகட்டத்தில் நிறை வேற்றினார். அதற்காகப் பெரிதும் கொண்டாடப்பட்

டார். தன்னைத் தானே அர்ப்பணித்துக் கொண்டு இவர் ஆற்றிய பணிகள் என்றென்றும் அழிக்க முடியாதவை.

புதிய சிந்தனைக் கருத்துக்களைப் பல நூல்கள் வாயிலாக வெளியிட்டு வந்தார் இவர். மனதின் அறிவியல் என்ற துறை உருவாகக் காரணமாக இருந்தவர்களுள் இவரும் ஒருவர்.

மதம், மனம், அறிவியல் ஆகிய மூன்றையும் இணைத்து எர்னெஸ்ட் ஹோம்ஸ் அறிவித்த கொள்கைகள் முழு வடிவம் பெறுவதற்கு இவரும் ஆணிவேராகச் செயலாற்றினார். மன அறிவியல் குறித்த விளக்கங்களைப் பல சொற்பொழிவுகள் மூலம் அளித்து வந்தார். இவரது புதிய கருத்துக்கள் மக்களை விழிப்புணர்வு கொள்ள வைத்தன. இவரே தங்களது வழிகாட்டியாக அமையக் கூடியவர் என்று அவர்கள் நம்பத் தொடங்கினார்கள்.

1847-ஆம் ஆண்டு அன்றைய பஞ்சாப் மாநிலத்தில் பிறந்தவர் இவர். பெற்றோர் பிரிட்டிஷ்காரர்கள். ஆல்பனி, பிரடெரிக்கா ட்ரோவர்ட் (Albany and Frederica Troward) என்று பெயர்.

தந்தை அன்றைய பிரிட்டிஷ் இந்திய இராணுவத்தில் கர்னல் பதவி வகித்து வந்தார். பள்ளிக் கல்வியை இங்கிலாந்தில் தொடர வைக்க வேண்டும் என்பதற்காகக் கர்னல் தமது மகனை இங்கிலாந்திற்கு அனுப்பி வைத்தார்.

பதினெட்டு வயது நிரம்பப் பெற்ற போது இவர் பல்கலைக் கழகப் படிப்பில் பட்டம் பெற்றார். இலக்கியப் பாடத்தில் தங்கப் பதக்கத்தை வென்ற சிறப்போடு தேர்ச்சி அடைந்தார்.

மேற்படிப்பாகச் சட்டம் படிக்க விரும்பினார். இருப்பினும் அவரது உள் மனம் அவரை ஓர் ஓவியர் என்றே சொல்லிக் கொண்டிருந்தது. கலையின் பால் அதிக நாட்டம் கொண்டவராக விளங்கினார் இவர்.

தமக்கு இருபத்து இரண்டு வயது நடந்து கொண்டிருந்த நேரத்தில் 1869-ஆம் ஆண்டு இந்தியாவிற்குத் திரும்பினார். இந்திய அரசின் பணிகளுக்கான போட்டித் தேர்வை எழுத முன்வந்தார். அப்போதே கூட இந்தத் தேர்வு மிகவும் கடினமான ஒன்று என்றே கருதப்பட்டு வந்தது.

போட்டித் தேர்வில் இடம் பெற்றிருந்த பாடங்கள் ஏற்கனவே இவர் படித்திருந்தவைதான் என்பதால் விடையளிப்பது இவருக்கு மிகவும் எளிதாக இருந்தது. மேலும் இவர் மிகவும் கருத்தூன்றிக் கற்ற விசயங்கள் தான் அவை என்பதால் தமது தனித்தன்மை மிளிரும் விதத்தில் இவர் அதற்கான விடைகளை எழுதி இருந்தார்.

இது அனைவரையும் வியப்பில் ஆழ்த்தியது. தேர்வில் வெற்றி பெற்ற இவருக்குத் துணை ஆணையர் பதவி வழங்கப்பட்டது. வெகு விரைவிலேயே பதவி உயர்வும் இவரைத் தேடி வந்தது. பஞ்சாபின் மண்டல் நீதிபதியாகப் பொறுப்பேற்றார்.

அடுத்து வந்த கால் நூற்றாண்டுக் காலம் இதே பொறுப்பிலேயே கழிந்தது. தமது சேவையில் தன்னிகரற்றவராக இவர் விளங்கினார்.

இந்தியாவிலேயே மணமுடித்துக் கொண்ட இவருக்கு மூன்று குழந்தைகள் பிறந்தனர். முதல் மனைவி காலமானதையடுத்து இரண்டாவது திருமணம் செய்து கொண்டார். இதன் மூலம் மேலும் மூன்று குழந்தைகளுக்குத் தந்தையானார்.

அரசுப் பணியிலிருந்து ஓய்வு பெற்றாலும் படிப்பது, எழுதுவது போன்ற வேலைகளைத் தொடர்ந்து செய்து வந்தார். மனிதர்களின் எல்லாப் பிரச்சனைகளுக்குமே பொருத்தமான தீர்வுகள் புத்தகங்களில் கிடைக்கும் என்பது இவரது ஆழமான நம்பிக்கை.

ஓவியம் தீட்டுவதில் இவருக்கு அளவற்ற ஈடுபாடு இருந்தது. இவரது ஓவியங்களுக்குப் பல பரிசுகள்

கிடைத்தன. இந்தியாவில் இருந்த போது இந்தச் சாதனை களை நிகழ்த்தினார்.

ஓய்வு பெற்றபின் இங்கிலாந்திற்குப் புறப்பட்டார். 1902 இல் தமது 55வது வயதில் இங்கிலாந்தில் குடியேறினார். ஓவியம் தீட்டுவதில் தமது நேரத்தைச் செலவிட்டார். தொடர்ந்து தமது சிந்தனைகளை எழுதி வந்தார்.

கீழை நாடுகளின் தத்துவ நூல்கள் அனைத்தையும் இவர் கரைத்துக் குடித்திருந்தார். அவற்றின் மேல் இவருக்குப் பெரும் ஈடுபாடு ஏற்பட்டது.

மன அமைதிக்கும் உடல் நலத்திற்குமான தீர்வு ஒன்றை அளிக்கக் கூடிய சிந்தனை இவருள் உருவாயிற்று. அனைவரிடமும் கனிவாகப் பழகக் கூடியவர் இவர். எவரையும் புரிந்து கொள்ளக் கூடியவர்.

பெரும்பாலானவர்கள் இவரிடம் பழக விரும்பினார்கள். இவர் மேல் அன்பு செலுத்தினார்கள். ஆனால் இவரோடு உரையாடுவது என்பது சலிப்பூட்டக் கூடிய விசயம் என்று பலரும் கருதினார்கள்.

மிகச்சரியான வாழ்க்கையை வாழும் சிறந்த ஆங்கில கனவானாக இவரை மதித்தார்கள். தமது குடும்பத் தாருடன் சிரித்துப் பேசி மகிழ்ச்சியாக இருப்பதை இவர் பெரிதும் விரும்பினார். குறிப்பாக இவரது இரண்டாவது மனைவியின் மூலம் பிறந்த மகள்களுடன் இனிமையாகப் பழகினார்.

இந்தியாவில் இருந்த போது இந்திய மொழிகளைக் கற்றுக் கொண்டார். உலகில் பல மொழிகளிலும் வெளியிடப்பட்ட விவிலிய நூலை இவர் ஆழ்ந்து படித்திருக்கிறார்.

முகமதியர்களின் குரானையும் கற்றிருக்கிறார். இந்துக்களின் மத நூல்களையும் ஆராய்ந்திருக்கிறார். அவற்றுள் ராஜ யோகம் இவரைப் பெரிதும்

கவர்ந்ததாகும். ஹீப்ரு மொழியில் இவருக்கு இருந்த புலமை காரணமாகப் பல அரிய நூல்களை இவரால் எழுத முடிந்தது.

இந்தியாவிலிருந்து இங்கிலாந்து திரும்பிய பின் ஒருநாள் தேநீர் விருந்து ஒன்றில் ஆலிஸ் காலோ என்ற பெண்மணியைச் சந்தித்தார். உயர் எண்ணமையம் என்ற அமைப்பிற்கு இவரை ஆலிஸ் அறிமுகம் செய்து வைத்தார்.

இவரது திறமைகளை உணர்ந்த அந்தக் குழுவினர் இவரைப் பெரிதும் மதித்தனர். தங்களது அமைப்பிற்கு வந்து தொடர் சொற்பொழிவுகள் ஆற்ற வேண்டும் என்று கேட்டுக் கொண்டார்கள். இது அவரது வாழ்வில் பெரும் மாற்றத்தை ஏற்படுத்தியது.

1904-ஆம் ஆண்டு இவர் நிகழ்த்திய எடின்பார்க் பேருரைகள் மறக்க முடியாதவை. ஸ்காட்லாந்தில் உள்ள எடின்பார்கின் க்வீன்ஸ்கேட் என்ற இடத்தில் இவர் இந்தத் தொடர் சொற்பொழிவுகளை ஆற்றினார்.

இவரது உரையைக் கேட்பதற்கு வந்திருந்த அத்தனை பேரும் மிகவும் உன்னிப்பாக இவரைக் கவனித்துக் கொண்டிருந்தார்கள். இருப்பினும் எவரும் அவற்றின் முழுப் பொருளையும் உணர்ந்து கொண்டதாகத் தெரியவில்லை. அந்த அளவுக்கு இவரது கருத்துக்கள் மிகவும் உயர்தரம் வாய்ந்தவையாக அமைந்திருந்தன. இவர் ஒரு மேதை என்பதை மட்டும் உலகம் சந்தேகத்திற்கு இடமின்றி ஏற்றுக் கொண்டது. பல அறிஞர்கள் இவரைப் போற்றிப் புகழ்ந்தார்கள்.

கீழை நாட்டுத் தத்துவக் கருத்துக்களில் ஊறிய இவர் அவற்றை மேலைநாட்டு பாணியில் உலகிற்கு அளித்தார். இவரது எழுத்துக்களைப் படித்துப் புரிந்து கொள்வது என்பது அறிஞர்களுக்கே கடினமான காரியம்.

இருந்த போதிலும் இவரது படைப்புகளை ஆழமாகவும் நிதானமாகவும் படித்துப் பார்த்தால் இவர் எவ்வளவு

தெளிவாகவும் துல்லியமாகவும் தமது கருத்துக்களை எடுத்து வைக்கிறார் என்பது மலைக்க வைக்கும்.

இவரது எழுத்துக்களால் கவரப்பட்டு இவரைப் பின்பற்ற நினைத்தவர்கள் ஏராளம். இதன் தாக்கம் பல்வேறு அறிஞர்களின் படைப்புகளிலும் மிளிர்வதைக் காணலாம்.

1916-ஆம் ஆண்டு மே 16-ஆம் நாள் இவர் இவ்வுலக வாழ்வை நீத்தார். அப்போது இவருக்கு வயது 69. புதிய சிந்தனைக் கருத்துக்களுக்கு உரமூட்டியவர் என்றவகையில் இவரை வரலாறு மறக்காது.

இவரது இரண்டாம் மனைவியின் பெயர் சாரா ஆன். தமது கணவரின் மறைவிற்குப் பின் அவரது படைப்புக்களைப் புத்தகமாக ஆக்கி வெளியிடும் பொறுப்பை சாரா திறம்படச் செய்தார்.

சிந்தனைச் சிற்பி என்று போற்றப்படக் கூடிய தகுதி பெற்றவராக விளங்கிய இவர்தான் தாமஸ் ட்ரோவர்ட்.

12 இந்தியாவிற்குப் பெருமை சேர்த்த அமெரிக்கர்

Roy Eugene Davis — ராய் யூஜிஸ் டேவிட்

நினைப்பதை நடத்திக் காட்டும் ஆற்றல் மனதிற்கு உண்டு என்பதை மெய்ப்பித்துக்காட்டிய எழுத்தாளர்களுள் இவர் குறிப்பிடத் தக்கவர். பல நூல்களை எழுதிக் குவித்த இவர் இந்தியத் தத்துவம், மருத்துவம் போன்ற துறைகளில் மிகுந்த ஈடுபாடு கொண்டவர். மேலை நாட்டு அறிஞர்களுள் இந்தியா விற்குப் பெருமை சேர்த்தவர் என்றவகையிலும் போற்றப்படுபவர்.

பரமஹம்ச யோகானந்தரின் நேர் சீடர் என்ற பெருமையும் இவருக்கு உண்டு. எண்ண அடிப்படையிலான தன் முன்னேற்றம், தியானம், கிரியா யோகம், ஆயுர்வேதம் போன்ற துறைகளில் கரை கண்டவர்.

உணவே மருந்து மருந்தே உணவு என்ற கொள்கையை மேலை நாட்டவர்களுக்கும் அறிமுகம் செய்தவர். உணவும் வாழ்க்கை முறையுமே சாதனைகளுக்கு இட்டுச் செல்லும் பாதைகளாக அமைய முடியும் என்பதை எடுத்துக் காட்டியவர். அமெரிக்காவில் உள்ள ஓஹியோ மாநிலத்தில் லீவிட்ஸ்பர்க் என்ற இடத்தில் 1931-ஆம் ஆண்டுபிறந்தவர் இவர். கிளீவ்லாந்து பகுதியில் இருந்து தெற்கே 40 கல் தொலைவில் அமைந்திருக்கிறது இந்த இடம். இவரது பெற்றோர் விவசாயக் குடும்பத்தைச் சேர்ந்தவர்கள்தான்.

அதே சூழ்நிலையில்தான் இவரும் வளர்ந்து வந்தார். இளம் வயதில் இவருக்கு மிகவும் பிடித்தமான பொழுதுபோக்கு நூலகத்திற்குச் செல்வதுதான். எவ்வளவு நேரம் வேண்டுமானாலும் புத்தகங்களைப் படிப்பதற்காகச் செலவிடத் தயங்க மாட்டார்.

உளவியல், தத்துவம், யோகா முதலிய தலைப்புகளில் கிடைக்கக் கூடிய எல்லாப் புத்தகங்களையும் விரும்பிப் படிப்பார். இவருக்குப் பதினெட்டு வயது நடந்து கொண்டிருந்தபோது இவர் படித்த புத்தகம் இவரது வாழ்க்கையில் மறக்க முடியாத நிகழ்வாக அமைந்தது.

ஒரு யோகியின் தன் வரலாறு என்பது அந்தப் புத்தகத் தின் தலைப்பு. பரமஹம்ச யோகானந்தா எழுதியது அது. படிக்கும் போதே இவருக்குள் ஓர் ஈர்ப்புணர்வு தோன்றியதைத் தெரிந்து கொண்டார். யோகானந்தாவின்பால் பெரிதும் ஈர்க்கப்பட்டார்.

1949-ஆம் ஆண்டு டிசம்பர் மாதத்தில் தனது குருவைத் தேடிப் புறப்பட்டார். கலிபோர்னியாவில் உள்ள லாஸ்ஏஞ்செல்ஸ் நகரில் அவரைச் சந்தித்தார். துறவியாக மாறுவதற்கான பயிற்சிகளை மேற்கொள்ளலானார்.

இவருக்கு இருந்த ஈடுபாட்டைக் கண்ட குரு இவருக்குத் தனது தத்துவங்களை விளக்கி உரைத்தார். ஆர்வத்தோடு அவற்றைக் கற்றுக்கொண்ட இவர் 1951-ஆம் ஆண்டில் மதகுரு என்ற தகுதியை அடைந்தார்.

அரிசோனா மாநிலத்தின் போனிக்ஸ் என்ற இடத்திற்கு ஆன்மீகப் பணிக்காக அனுப்பி வைக்கப் பட்டார். 1952 மார்ச்சில் யோகானந்தா இயற்கை எய்தி னார். இதனையடுத்து இவர் தன் உணர்வு மையத்திற்குப் பொறுப்பேற்றார்.

சாதி மதங்களற்ற வாழ்க்கையில் இவருக்கு நாட்டம் இருந்தது. எனவே குறிப்பிட்ட அமைப்பிற்குள் முடங்கிக் கிடப்பதை இவரது மனம் ஏற்றுக் கொள்ளவில்லை. எனவே தாம் பொறுப்பு வகித்த அமைப்பிலிருந்து விலகிக் கொண்டார். ஆயினும் கிரியா யோகம் போன்ற கருத்துக்களிலிருந்து இவர் விலகவில்லை. சேவை செய்யும் எண்ணத்திலும் மாற்றம் இருக்கவில்லை.

வாழ்கின்ற வாழ்க்கையை அர்த்தமுள்ளதாக ஆக்க வேண்டும் என்பதில் இவருக்குத் தணியாத தாகம் இருந்து வந்தது.

சேவையில் நாட்டம் கொண்ட இவர் அமெரிக்காவின் கான்சாஸ் மாநிலத்தைச் சேர்ந்த ஃபோர்ட் ரெய்லி என்ற இடத்தில் அமெரிக்க இராணுவ மருத்துவப் பிரிவில் சேர்ந்தார். இரண்டு ஆண்டுக் காலம் இதில் திறம்படச் சேவையாற்றினார்.

இதற்குப் பின் தாமே சொந்தமாகக் கற்றுக் கொடுக்கும் முயற்சியில் ஈடுபட்டார். அமெரிக்காவின் பல்வேறு மாநிலங்களுக்கும் பயணம் செய்யத் தொடங்கினார். இவரது உரையைக் கேட்பதற்குப் பலரும் ஆர்வம் காட்ட ஆரம்பித்தனர்.

டாக்டர் மசஹாரு டானிகுச்சி என்பவர் ஜப்பானில் சீக்கோ நோ இ என்ற இயக்கத்தை ஆரம்பித்திருந்தார். அந்த அமைப்பு இவரை ஜப்பானுக்கு வந்து உரையாற்றும் படி அழைப்பு விடுத்தது. அதனை ஏற்றுக் கொண்ட இவர் 1964 இல் ஜப்பானுக்குக் கிளம்பிச் சென்றார்.

ஜப்பானில் எட்டு முக்கிய நகரங்களில் இவர் உரையாற்றினார். இதற்கு மாபெரும் வரவேற்புக் கிடைத்தது. இதனையடுத்து மீண்டும் 1978 இல் ஜப்பான் சென்றார். மேலும் சில ஆண்டுகள் கழித்து பிரேசில் இவரை வரவேற்றது.

அமெரிக்காவிலும் கனடாவிலும் பல தேவாலயங்களில் இவரது சொற்பொழிவைக் கேட்க மக்கள் திரளாகக் கூடினர். பல யோகா மாநாடுகளிலும் இவர் சிறப்புச் சொற்பொழிவாளராகக் கலந்து கொண்டார்.

உலகின் பல நாடுகளிலிருந்தும் இவருக்கு அழைப்புகள் குவிந்த வண்ணம் இருந்தன. கானா, நைஜீரியா, குராகாவோ, இங்கிலாந்து, ஜெர்மனி, சுவிட்சர்லாந்து, ஆஸ்திரியா, பிரான்சு, ஸ்பெயின், இந்தியா எனப் பல நாடுகளுக்கும் சென்று சொற்பொழிவுகள் ஆற்றினார்.

ஆண்டின் குறிப்பிட்ட காலங்களில் முக்கிய நகரங்களுக்குச் சென்று தியானம் மற்றும் சொற் பொழிவுகளை நிகழ்த்துவதை வழக்கமாகக் கொண்டார். இவரது கருத்துக்கள் மக்களால் பெரிதும் வரவேற் கப்பட்டன.

பேச்சில் மட்டுமல்லாமல் எழுத்திலும் எண்ணற்றவர் களைக் கவரும் ஆற்றல் இவருக்கு இருந்தது. இவரது படைப்புகள் எட்டு மொழிகளில் வெளியிடப்பட்டன. நாற்பதுக்கும் அதிகமான பதிப்புகள் பல்வேறு நாடுகளில் பதிப்பிக்கப்பட்டன. உண்மை என்ற இதழின் வெளியீட்டாளராகவும் இவர் இயங்கி வந்தார்.

1972-இல் தென் கிழக்கு ஜார்ஜியாவில் உள்ள லேக்மான்ட் என்ற இடத்திற்குக் குடியேறினார். அங்கு ஆன்மீக விழிப்புணர்வு மையம் ஒன்றைத் தொடங்கினார். அவரது கருத்துக்களைப் பரப்பும் நிலையான தலைமை யகமாக இது உருப் பெற்றது.

உலகம் முழுவதிலும் இருந்து உண்மையைத் தேடி வருபவர்கள் இங்கே அதைக் கண்டு உணர்கிறார்கள். பிறவிப் பயனைப் பெற்று அனுபவிக்கிறார்கள். இதற்குக் காரணமாக இருந்தவர்தான் ராய் யூஜின் டேவிஸ்.

13

மனங்களை மாற்றிய மா மனிதர்

Robert Collier — ராபர்ட் கொலியர்

அவரது எழுத்துக்களைப் படித்த எத்தனையோ ஆயிரக் கணக்கான வர்கள் தங்கள் இலட்சியங்களை எட்டி இருக்கி றார்கள். இயந்திர வேகத்தில் எழுதிக் குவித்த இவர் தமது எழுத்துக்கள் அத்தனை யையும் அதே வேகத்தில் பதிப்பித்து வெளியிட் டவர்.

வாழ்க்கையில் மகிழ்ச்சியும் வளமும் எளிதில் அடையக் கூடியவையே என்று நம்பியவர். அந்த நம்பிக்கையை அனை வருக்கும் ஊட்டியவர்.

1885-ஆம் ஆண்டு ஏப்ரல் 19 அன்று செயின்ட் லூயிஸ் என்ற இடத்தில் பிறந்தார். மேரி பெர்கூசன் என்பது இவரது தாயாரின் பெயர். தந்தை ஜான் கொலியர்.

இளம் வயதிலேயே அன்னையைப் பறிகொடுத்தார். இவரது உறவினரான பீட்டர் எப்.கொலியர் என்பவர் கொலியர்ஸ் மேகசின் என்ற இதழை நடத்திக் கொண்டு வந்தார். அதில் இவரது தந்தை செய்தியாளராகப் பணியாற்றினார்.

பணியின் காரணமாக இவரது தந்தை அடிக்கடி வெளியூர்களுக்குப் பயணம் செய்ய வேண்டி இருந்தது. இதனால் தந்தையின் கவனிப்பு இவருக்குப் போதுமான அளவில் கிடைக்க வாய்ப்பில்லாமல் போனது.

மத குருக்கள் நடத்தி வந்த பள்ளி ஒன்றில் தமது கல்வியைத் தொடர வேண்டிய கட்டாயம் இவருக்கு ஏற்பட்டது. எனவே இவரும் கல்வி கற்று முடித்த பின் மத குருவாகவே பணியாற்ற வேண்டி இருக்கும் என்று எதிர்பார்க்கப்பட்டது.

இவரும் அந்த மனநிலையிலேயே இருந்த போதிலும் அதில் முழு ஈடுபாடு அற்றவராக விளங்கினார். மத குருவாகப் பொறுப்பேற்றுக் கொள்வதற்கு முன்பு தமது முடிவை மாற்றிக் கொண்டார்.

தனது வாழ்க்கையைத் தானே தீர்மானிக்க வேண்டும் என்ற உணர்வுடன் மேற்கு வர்ஜீனியாவை நோக்கிப் புறப்பட்டார். தமது எதிர்காலம் எப்படி அமையப் போகிறதோ என்ற சிந்தனையுடன் கிளம்பினார்.

போன இடத்தில் இவருக்குக் கிடைத்த வேலை சுரங்கப் பொறியாளர் பணி. இதில் முழு விருப்பத்தோடு வேலை செய்தார். அப்போதுதான் வாழ்க்கையைப் பற்றியும் மனித நேயத்தைப் பற்றியும் இவரால் முழுமையாக அறிந்து கொள்ள முடிந்தது.

ஓய்வு கிடைக்கும் போதெல்லாம் புத்தகங்களைப் படிக்க ஆரம்பித்து விடுவார். அந்தச் சுரங்க நிறுவனத்தின் அலுவலகத்தில் சிறிய நூலகம் ஒன்று இருந்தது. இவரது அறிவு வேட்கைக்கு அது ஓரளவு உதவியது.

கையில் கிடைத்த புத்தகங்களை எல்லாம் கரைத்துக் குடித்துவிடுவார். வணிக உத்திகள், செய்தித் தொடர்பு, விளம்பரக் கலை பற்றிய புத்தகங்களே அந்த நூலகத்தில் அதிகம் இருந்தன. இதுவும் ஒரு வகையில் நல்லதாகப் போயிற்று.

தம்மைச் சரியான முறையில் தயார் செய்து கொள்வதற்கு இந்தப் புத்தகங்கள் அடிப்படையாக அமைந்ததாகக் கருதினார் இவர். கற்றதையும் கேட்டதையும் அப்படியே மனதில் இறுத்திக் கொண்டார்.

எழுதுவதையே தொழிலாகக் கொள்ள முடியும் என்ற நம்பிக்கையை இது அவரது உள்ளத்தில் விதைத்தது. சுமார் எட்டு ஆண்டுகள் மேற்கு வர்ஜீனியாவில் பார்த்துக் கொண்டிருந்த சுரங்கப் பொறியாளர் பணியை உதறிவிட்டு நியூயார்க் நகரை நோக்கிப் புறப்பட்டார்.

இவரது தந்தை பணியாற்றி வந்த கொலியர் பதிப்பகத்திலேயே தமக்கும் ஒரு வேலையைத் தேடிக் கொண்டார். அங்கு இவருக்குக் கிடைத்தது விளம்பரத் துறை. கொலியர் பதிப்பகத்தில் பல திறமையாளர்கள் அப்போது பணியாற்றிக் கொண்டிருந்தார்கள்.

இவர்களது வழிகாட்டுதல் இவருக்குப் பேருதவியாக அமைந்தது. ப்ரூஸ் பார்ட்டன், ஃப்ரெட் ஸ்டோன் போன்ற அனுபவமிக்க விளம்பரத் துறை வித்தகர்கள் இவருக்குப் பல யோசனைகளை வழங்கினார்கள்.

விளம்பரத்திற்காக எழுதுவது எப்படி என்ற கலையைக் கற்றுத் தேறினார். தாம் எழுதிய அறிக்கைகளை எடுத்துக் கொண்டு மூத்த அறிஞர்களிடம் சென்று காண்பிப்பார். அவர்கள் சொல்லும் திருத்தங்களை ஏற்றுக் கொள்வார். இந்தப் பழக்கம் இவருக்குப் பெரும் பலனைக் கொடுத்தது.

விற்பனையில் சாதனை படைக்கும் அளவுக்கு வலுவான எழுத்தோவியங்களை இவரால் உருவாக்க முடிந்தது.

ஹார்வர்ட் அறிஞர்களின் படைப்புகளை நூலாக்கி வெளியிடுவதில் வெற்றி கண்டார்.

டாக்டர் எலியட் என்பவர் எழுதிய புத்தகங்களை மட்டுமே அடுக்கி வைப்பதாக இருந்தால் ஐந்து அடி உயரம் கொண்ட அலமாரி கொள்ளாது. அவர் ஓ.ஹென்றி என்ற எழுத்தாளரின் கதைகளை விமர்சித்து எழுதிய கருத்துக்களையும் பதிப்பிக்க முனைந்தார் இவர்.

இருபது லட்சம் டாலர் பெறுமானமுள்ள புத்தகங்களுக்கான கோரிக்கை வந்து சேர்ந்தது. உலகப் போர் வரலாறு பற்றிய புத்தகங்களுக்கு நல்ல வரவேற்புக் கிடைத்தது. 70 ஆயிரம் பிரதிகளைக் கேட்டு வாசகர்கள் தொடர்பு கொண்டார்கள். பதிப்புத் துறையில் சாதனை படைக்கத் தொடங்கினார் இவர்.

ஒளி மயமான எதிர்காலத்தை நோக்கிச் சென்று கொண்டு இருந்தவருக்கு எதிர்பாராத சோதனை ஒன்று ஏற்பட்டது. நீண்ட நாட்களுக்கு முன்பே இருந்து வந்த தொல்லைதான். அதை இவர் சரியாகக் கவனிக்காமல் விட்டுவிட்டதால் இப்போது பெரும் துன்பமாக மாறி இருந்தது.

என்ன நோய் என்று மருத்துவர்களாலும் கண்டறிய முடியவில்லை. தமக்கு ஏற்பட்ட துன்பங்களுக்கெல்லாம் காரணமாக அமைந்தது உணவில் நேர்ந்த கலப்படமே என்பதை இவர் உணர்ந்தார்.

உணவுப் பொருட்களைப் பக்குவம் செய்வதற்காக அவற்றில் சேர்க்கப்படும் பல வகை வேதிப் பொருட்களே உணவின் தன்மையை மாற்றுகின்றன என்று அறிந்தார். இந்த வேதிப் பொருட்களாலேயே தமக்கு நோய் ஏற்பட்டதாகவும் நம்பினார். இவரது இந்தச் சொந்த அனுபவம் இன்னொரு வாய்ப்பையும் அளிப்பதாக அமைந்தது.

மருத்துவர்கள் எவ்வளவோ காலமாக நோயாளிகளைச் சோதிக்கிறார்கள். அதற்கு பல்வேறு உத்திகளைக்

கையாள்கிறார்கள். நவீன கருவிகளையும் சாதனங்களையும் பயன்படுத்துகிறார்கள். இருந்தாலும் கூட அவர்களால் எல்லா நோய்களுக்குமான காரணங்களை அறிந்து கொள்ள முடிவதில்லை.

தமக்கு ஏற்பட்ட கோளாறுகளுக்கு எது அடிப்படை என்பதை இவர் தாமே உணர்ந்து கண்டு கொண்டார். இதிலிருந்து இவருக்கு ஒரு இரகசியம் பிடிபட்டது. அதாவது ஒருவருடைய மனமே அவரது உடலின் மீது ஆதிக்கம் செலுத்துகிறது என்பதுதான் அந்த இரகசியம்.

இதையே மீண்டும் மீண்டும் அசைபோட்டார். மனம் நினைத்தால் உடலை எப்படியும் வேலை வாங்கலாம். உனக்கு ஒன்றுமே இல்லை என்று யோசனை சொல்லலாம். இதனால் உடலுக்கு ஏற்படும் இன்னல்களை ஒன்றும் இல்லாமல் செய்ய முடிகிறது.

உடலுக்கு வரக் கூடிய தொல்லைகளை மனம் இப்படித் தீர்த்து வைக்க முடிகிறது என்பது உண்மை. இதேபோல் ஒருவருக்கு ஏற்படக் கூடிய வணிக, பொருளாதார, நிதிச் சிக்கல்களையும் தீர்த்து வைப்பதற்கு மனம் உதவுமா?

நோய்களை விரட்ட உதவும் மன வலிமை மற்ற தொல்லைகளையும் ஒழிக்க உதவி செய்யாதா? கண்டிப்பாகச் செய்யும் என்று நம்பினார். ஆக, எதையெல்லாம் அடைய வேண்டும் என்று விரும்புகிறோமோ அவை எல்லாவற்றையும் பெறுவதற்கு மனம் நிச்சயம் உறுதுணையாக இருக்கும் என்று தெளிந்தார்.

இதைக் கண்டிப்பாகச் சாதித்துக் காட்ட முடியும் என்கிற நம்பிக்கை அவருக்குள் உருவாயிற்று. இதை எப்படிச் செயல் படுத்துவது என்கிற வழியை ஆராய வேண்டும் என்று உறுதி எடுத்துக் கொண்டார்.

புதிய சிந்தனைகளை வளர்க்கும் புத்தகங்களைத் தேடிப் பிடித்துப் படிக்க ஆரம்பித்தார். நம்ப முடியாத அதிசயங்களைப் பற்றியும் ஆராய்ந்தார். வெற்றிக்கு வழி எது என்பதைக் கண்டுபிடித்தே தீர வேண்டும் என்ற உறுதியுடன் இடைவிடாது பணியாற்றினார்.

நீண்ட காலம் இதே சிந்தனையாக இருந்தார். முடியும் என்பது மட்டுமே அவருக்குத் தோன்றிய முடிவு. அன்றாட வாழ்க்கையில் எளிய உத்திகளைப் பின்பற்றி வெற்றிகளை எட்ட முடியும் என்பதை உணர்ந்தார். அத்தகைய நடைமுறைகளைப் பின்பற்ற ஆரம்பித்த துமே வெற்றி விரைந்து வருவதைக் கண்கூடாகக் கண்டு கொண்டார்.

உளவியலைச் செய்முறை வடிவில் எவரும் பயன்படுத்து வதற்கு ஏற்ற புத்தகம் ஒன்றை எழுத வேண்டும் என்பது இவரது விருப்பமாக இருந்தது. அந்தப் பணியை நிறைவேற்றும் பொறுப்பு தமக்கே இருப்பதாக நம்பினார். அது தன்னால்தான் நிறைவேற்றப்பட வேண்டி இருக்கிறது என்றும் கருதினார். உடனே செயலில் இறங்கினார்.

இரவு, பகல் பார்க்காமல் எழுதிக் குவிக்கத் தொடங் கினார். இதில் இவர் காட்டிய தீவிரம் பார்ப்பவர்களை மலைக்க வைத்தது.தனக்குத் தோன்றிய அத்தனை கருத்துக்களையும் வடித்தெடுத்துப் புத்தகத்தை எழுதி முடித்தார்.

இந்தப் புத்தகம் வெளியிடப்பட்ட ஆறே மாத இடைவெளிக்குள் பத்து லட்சம் டாலர் விலைக்கான புத்தகப் பிரதிகளைக் கேட்டுக் கோரிக்கைகள் வந்து குவிந்தன.

காலங்களின் இரகசியம் என்று பொருள்படும் தி சீக்ரெட் ஆப் ஏஜஸ் என்ற தொகுப்பை உருவாக்கினார். இந்தத் தொகுப்புகள் மூன்று லட்சத்திற்கும் மேற்பட்ட எண்ணிக்கையில் விற்றுத் தீர்ந்தன.

பல பேர் எது எதையோ எழுதுவார்கள். அவர்கள் எழுதுபவையும் எப்படியோ விற்றுப் போவது உண்டு. ஆனால் எழுத்தின் பலன் எப்படி இருக்க வேண்டும் என்பதற்கு இவரது படைப்புக்களே சான்று.

வாங்கிப் படித்த அத்தனை பேரும் பாராட்டினார்கள். இவரது புத்தகங்களில் சொல்லப்பட்டிருந்த வழிமுறை களைப் பின்பற்றினார்கள். அதன் மூலம் பயன்

அடைந்தார்கள். மறக்கமால் அந்தச் செய்தி களை நூலாசிரியருக்குத் தெரிவித்தார்கள். ஆயிரக் கணக்கான கடிதங்கள் உண்மை அனுபவங்களைத் தாங்கி வந்து குவிந்தன.

மனம் நினைத்தால் எதையும் சாதிக்கும் என்பதை இவர் உணார்ந் தார். அதை மற்றவர்களும் உணரும்படி செய்தார். மேலும் பல நூல் களை எழுதி வெளியிட்டார். தமது முதல் புத்தகத்தின் ஏழு தொகுதி களையும் சுருக்கி ஒரே புத்தகமாகவும் வெளிக் கொணர்ந்தார்.

இந்தப் புத்தகம் ஆண்டுகள் பல ஆன போதிலும் விற்பனையில் தொடர்ந்து சாதனை படைத்துக் கொண்டே இருக்கிறது.

இவரது எழுத்தாற்றலுக்கு உலகமெங்கும் வரவேற்புக் கிடைத்தது. இத்தாலி,ஜெர்மனி, பிரான்ஸ், ஸ்பெயின் முதலிய நாடுகள் இவரது நூல்களை மொழி பெயர்த்து வெளியிட்டன. வெளியிட்ட எல்லா மொழிகளிலும் விற்பனையில் சாதனை படைப்பவையாக இவரது புத்தகங்கள் விளங்கின.

வெற்றிகரமான மண வாழ்க்கை அமையப் பெற்ற இவர் ஆறு குழந்தைகளுக்குத் தந்தையானார்.

1950-ஆம் ஆண்டு இவ்வுலக வாழ்வை நீத்தார். மறைந்தது இவரது உடல் மட்டும்தான். இவர் படைத்த நூல்கள் என்றென்றும் அழியாமல் இவரது புகழைப் பரப்பிக் கொண்டிருக்கின்றன.

இவரது மனைவி பதிப்பகத்தைத் தொடர்ந்து நடத்தினார். அதே பணியை இவரது மக்களும் பேரக்குழந்தைகளும் தொடர்கிறார்கள்.

காலங்கள் உருண்டோடுகின்றன. இவரது கருத்துக்கள் மட்டும் என்றென்றும் தேவைப்படுபவையாகவே இருக்கின்றன. அழிவில்லா எழுத்து என்பது இதுதானோ?

இந்த அழிவற்ற வாழ்க்கைக்குச் சொந்தக்காரர் ராபர்ட் கொலியர்.

14 சூரியனைப் போன்ற தூய்மை கொண்ட மனிதர்

Ralph Waldo Emerson **ரால்ப் வால்டோ எமர்சன்**

கீழை நாட்டுத் தத்துவங்களையும் அரிய கருத்துக்களையும் அமெரிக் காவே பின்பற்றும்படி செய்த பெருமை இவருக்குரியது. புதிய சிந்தனைக் கருத்துக்களைப் புதிய உலகம் ஏற்கும்படி செய்த இவரைப் பற்றி உங்களுக்குத் தெரியாத பல தகவல்களைத் தெரிவிக்கும் முயற்சி இது.

இயல்பிலேயே இவருக்குக் கவி பாடும் திறமை கை வரப் பெற்றிருந் தது. இவரது சொல் ஒவ்வொன்றுமே ஒரு தத்துவம் என்று சொல்லத் தக்கதாக அமைந்தது. இறையியலிலும் கரை கண்டவராக விளங்கினார் இவர்.

பரந்த மனம். எதையும் வெளிப்படையாகப் பேசும்

குணம். எதிலும் நல்லதையே தேடும் இயல்பு. இத்தனை பண்புகளும் ஒருங்கே அமையப் பெற்றவர் இவர்.

இவரை இந்தியாவின் மாமன்னர் அக்ப ருடன் ஒப்பிடுவார்கள். அக்பர் தமது அவைக்கு எல்லா மத அறிஞர்களை யும் அழைப்பார். அவர்களது கருத்துக் களைக் கேட்பதில் மிகுந்த விருப்பம் காட்டுவார்.

தமது மதம் மட்டுமே உயர்வு என்று கருதியவ ரல்லர் அக்பர். இதற்குப் பல முகமதியர்கள் கடும் எதிர்ப்புத் தெரிவித்தபோதிலும் அதைப் பொருட்படுத்தாது உறுதி காட்டியவர் அக்பர். பிற்போக்குவாதிகளை அவர் புறம் கண்டார். குறுகிய மனம் கொண்டவர்களை ஒதுக்கினார்.

உலகப் புகழ்பெற்ற ஆங்கிலக் கவிஞர் டென்னிசன். அவரது கவிதை மிக அழகாகச் சொல்கிறது -

எங்கும் ஒளி நிறைந்திருக்கிறது

அதில் இருளும் நிழலும் இருக்கத்தான் செய்கிறது.

எல்லா மனிதர்களும்

ஏதாவது ஒரு வகையில் வழிபடுவதைப் போல

என்று. இதை அக்பர் அப்போதே உணர்ந்திருந்தார் எனலாம். அவருக்கு இணையான எண்ணம் கொண்ட வராக விளங்கினார் இவர்.

உலகமெலாம் புகழ் பெற்றவராகத் திகழ்ந்த இவருக்கு ஜெர்மானியத் தத்துவங்களின் மேல் அளவற்ற ஈடுபாடு இருந்தது. கிரேக்கத் தத்துவ அறிஞர் பிளேட்டோவின் படைப்புகளை வரி விடாமல் உள் வாங்கிக் கொண்டவர் இவர். என்னைத் தூண்டிவிட்டவை பிளேட்டோவின் எழுத்துக்களே என்பார்.

எனது கைகளில் பகவத் கீதை கிடைத்தபோது புதையல் கிடைக்கப் பெற்றவனைப் போல் மகிழ்ந்தேன் என்பார். பகவத் கீதை இவரை முழுமையாக ஆட் கொண்டது.

இவருடைய எழுத்துக்களில் இந்தியத் தத்துவம், கிரேக்கக் கருத்துக்கள், நவீன கால எண்ணங்கள் என அனைத்தும் பின்னிப் பிணைந்திருந்தன.

1803 ஆம் வருடம். மே மாதம் 25 ஆம் நாள். அன்று அங்கு தேர்தல் தினம். அமெரிக்காவின் பாஸ்டன் நகரம் பரபரப்பாக இயங்கிக் கொண்டு இருந்தது. அன்றைய தினம்தான் இவர் பிறந்தார்.

வில்லியம் மற்றும் ரூத் ஹாஸ்கின்ஸ் எமர்சன் தம்பதிகளின் மகனாகப் பிறந்த இவர் குடும்பத்தின் நான்காவது குழந்தை. இவருடைய தாய் வழித் தாத்தா மது பானத் தயாரிப்பு ஆலை ஒன்றை வெற்றிகரமாக நடத்திக் கொண்டிருந்தவர்.

இவரது தந்தைக்கு மத நம்பிக்கை அதிகம். அதன் காரணமாகவே மத குருவாகத் தொழில் செய்து வந்தார். பரந்த மனம் கொண்டவர். முற்போக்குச் சிந்தனை களுக்குச் சொந்தக்காரர்.

பாஸ்டன் நகரில் முதன் முதலாகத் தோற்றுவிக்கப் பட்டதும் மிகப் பழமை வாய்ந்ததுமான தேவாலயத்தில் அவர் மதகுருவாகப் பணியாற்றி வந்தார். இவருடைய முன்னோரான வில்லியம் என்பவரும் மதகுருவாகவே இருந்தவர். படைவீரர்களுக்கு ஆசி வழங்கச் சென்ற இடத்தில் இவர் மரணமடைந்தார்.

இங்கிலாந்தைத் தாயகமாகக் கொண்ட அருட்திரு பீட்டர் பல்க்லி என்பார் பெட்போர்ட்ஷயரிலிருந்து அமெரிக்காவுக்கு 1634 ஆம் ஆண்டு குடியேறினார். இந்த வகையில் பார்க்கும் போது இவரது பூர்வீகம் இங்கிலாந்து என்று சொல்லலாம்.

அமெரிக்காவில் பிறந்து வளர்ந்த பெரும்பாலானவர் களுக்குச் சொந்த நாடு வேறு ஒன்றாக இருப்பதற்கான சாத்தியங்கள் அதிகம். இவருக்கும் அப்படித்தான் அமைந்தது.

எட்டு வயது நடந்து கொண்டு இருந்த போது இவர் தமது தந்தையை இழந்தார். எனவே தந்தையின் வழியையே பின்பற்றி இவரும் மத குருவாகத்தான் ஆக வேண்டி இருக்கும் என்று பலரும் கணித்தார்கள்.

பாஸ்டன் இலத்தீன் பள்ளி, ஹார்வர்ட் கல்லூரி ஆகியவற்றில் படித்து முடித்து வெளி வந்தார். மேலும் ஓராண்டு இறை இயல் படிக்க ஹார்வர்டில் சேர்ந்தார். அப்போது இவருக்கு ஏற்பட்ட கண் கோளாறு காரண மாக அந்தப் படிப்பைத் தொடர முடியாமல் போனது.

இருப்பினும் மதகுருவாகப் பணியாற்றத் தகுந்த தகுதியைப் பெற்றிருந்த இவர் அந்தப் பணியில் ஈடுபட்டார். ஆனால் இவருக்கு இதில் மனம் ஒன்றிப் பணியாற்ற இயலவில்லை. தமது எண்ணங்கள் மாறுபட்டு நிற்பதை உணர்ந்தார். பணியிலிருந்து விலகிக் கொள்வது என்ற முடிவிற்கு வந்தார்.

இதற்கு முன்னோட்டமாக அமைந்தது இவரது வாழ்க்கையில் நடந்த சொந்த இழப்பு ஒன்று. பத்தொன்பது வயது கொண்ட நங்கை ஒருவரை இவருக்கு மண முடிப்பதற்காக ஏற்பாடு செய்து கொண்டிருந் தார்கள்.

எதிர்பாராத விதமாக எல்லென் ட்ரக்கர் என்ற அந்தப் பெண்மணி இறந்து போனார். இது இவருக்குத் தாங்க முடியாத இழப்பாக அமைந்தது. முற்றிலும் வாழ்க்கை மீது வெறுப்புற்றவராகக் காணப்பட்டார். 1831 ஆம் ஆண்டு ஏற்பட்ட இந்தச் சோதனையை அடுத்து இவர் வெளிநாடுகளுக்குக் கிளம்பிச் செல்வது என முடிவெடுத்தார். மன அமைதியைத் தேடி அலையலானார்.

1832 ஆம் ஆண்டு கப்பலேறினார். கிறிஸ்துமஸ் நாளன்று தமது ஐரோப்பியப் பயணத்தைத் தொடங் கினார். இவர் பயணம் செய்த கப்பல் மால்டாவை அடைந்தது. 1833 பிப்ரவரியில் அங்கு கால் வைத்தார்.

ஒவ்வோர் இடத்தையும் ஆர்வமாகப் பார்த்துக் கொண்டே வடக்கு நோக்கிப் பயணம் செய்தார். இந்தப் பயணத்தில் அவர் இத்தாலி,சுவிட்சர்லாந்து, பிரான்ஸ், இங்கிலாந்து, ஸ்காட்லாந்து போன்ற நாடுகளைப் பார்வையிட்டார்.

எந்த இடத்திற்குப் போனாலும் அங்குள்ள அறிஞர்களைச் சந்திப்பது என்பது இவருக்குப் பிடித்தமான ஒன்று. பிளாரன்ஸ் நகரில் வால்டர் சாவேஜ் லாண்டர் என்பவரைப் பார்த்தார். பாரிஸ் நகரில் லாபயெட்டைச் சந்தித்தார்.

இலண்டனில் ஜான் ஸ்டூவர்ட் மில்லைக் கண்டு பேசினார். ஹைகேட்டில் கோல்ட்ரிட்ஜூடன் அளவளாவினார். ரைடல் மவுன்டில் வோர்ட்ஸ்வொர்த்தைக் கண்டார். இந்தத் தொடர்புகள் அதிக காலம் தொடர வாய்ப்பில்லாது போயிற்று.

எனினும் தாமஸ் கார்லைலுடன் மட்டும் அது தொடர்ந்தது. இது நட்பாகவும் மலர்ந்தது. நல்ல பலனைக் கொடுத்தது.

1833 இல் இவர் மீண்டும் அமெரிக்கா திரும்பினார். இப்போது இவருடைய நாட்டம் அறிவியலின் பக்கம் திரும்பி இருந்தது. தொடர் சொற்பொழிவுகள் பலவற்றை ஆற்றினார். அதே நேரத்தில் மதம் தொடர்பான கருத்துக்களையும் தெரிவித்து வந்தார்.

தமது எண்ணங்களைத் தொகுத்துப் புத்தகமாக வெளியிடும் எண்ணமும் இவருக்கு எழுந்தது. அந்தப் பணியைத் திட்டமிட்டு நிறைவேற்றினார்.

1836 செப்டம்பரில் இவரது முதல் நூலான இயற்கை வெளியிடப்பட்டது. தமது மூதாதையர்கள் தேவாலயம் ஒன்றைக் கட்டி இருந்த கன்கார்ட் என்ற இடத்திலேயே தங்கி இருந்தார். அதையே தமது இருப்பிடமாகவும் ஆக்கிக் கொண்டார்.இதற்கு இரண்டு ஆண்டுகளுக்கு முன்பாக

லிடியா என்ற பெண்மணியைச் சந்தித்தார். 1834 இல் அவரைத் திருமணமும் செய்து கொண்டார். திருமணம் முடிந்தகையோடு லிடியா என்ற பெயரை லிடியன் என்று மாற்றி அமைத்துவிட்டார்.

இயற்கை என்ற முதல் புத்தகம் வெளியிடப்பட்ட சிறிது காலத்திற்குள் முதல் மகன் பிறந்தார். குடும்பத்தைக் கவனிக்க வேண்டிய பொறுப்பு வந்தது. இதற்குக் கை கொடுக்கும் வகையில் முதல் மனைவியின் சொத்துக்கள் மூலமாக ஆண்டுக்கு 1200 டாலர் வருமானம் வருவதற்கான வழியும் பிறந்தது.

1834 இல் மற்றொரு பேரிடி இவரைத் தாக்கிற்று. எட்வர்ட் என்ற இவரது சகோதரர் இறந்து போனார். இதற்குக் காரணமாக அமைந்தது காச நோய்.

சார்லஸ் சான்சி என்பது இவரது இளைய சகோதரரின் பெயர். சான்சி இவருக்கு மிகவும் பிடித்தமான தம்பி. ஆனால் அதற்கும் சோதனை வந்து நின்றது. எர்வர்ட் எப்படி இறந்தாரோ அதே போலவே இவரும் இறந்து போனார். *1836* மே மாதத்தில் தமது கடைக்குட்டித் தம்பியைப் பறிகொடுத்தார்.

தம்மைச் சோகம் ஏன் இப்படித் தொடர்ந்து தொல்லை கொடுத்துத் தொடர்ந்து வருகிறது என்பது அவருக்குப் புரியாத புதிராக இருந்தது.

காச நோய் இவரது இரு சகோதரர்களை மட்டும் காவு கொள்ளவில்லை. இவரையும் மிரட்டத் தொடங்கியது. இவருக்கும் நூரையீரலில் கடும் தாக்குதல் ஏற்பட்டது. இவருக்கு எதையும் தாங்கும் இதயம் இருந்ததால் எல்லாத் தொல்லைகளையும் தாங்கிக் கொண்டார்.

துன்ப துயரங்கள் தொடர்ந்து வந்த போதிலும் சிற்சில ஆறுதல் அளிக்கும் நிகழ்வுகளும் ஏற்படத் தான் செய்தன.

1836 இல் மேலும் பல அறிஞர்களுடனான தொடர்பு விரிவடைந்தது. மார்கரெட் ஃபுல்லருடன் நட்பானார். ஹென்றி தொராவ் மற்றொரு தோழரானார்.

தத்துவத்தின் வரலாறு என்ற தலைப்பில் தொடர் சொற்பொழிவு ஆற்றத் தொடங்கினார். மனித கலாச்சாரம், மனிதவாழ்க்கை போன்ற தலைப்புகளிலும் இவர் ஆற்றி வந்த தொடர் சொற்பொழிவுகளுக்குப் பெரும் வெற்றி கிட்டியது.

மக்கள் இவரது பேச்சைக் கேட்கப் பெருந்திரளாகக் குழுமினார்கள். விரும்பிக் காது கொடுத்தார்கள். வெற்றிகரமான பேச்சாளர் என்ற பெருமையை இவருக்கு வழங்கினார்கள்.

வாழ்க்கை இப்படிப் போய்க் கொண்டிருந்த வேளையில் அமெரிக்காவிற்கே சோதனை ஆரம்பித்தது. பொருளாதார மந்த நிலை நாட்டை ஆட்டிப் படைக்கத் தொடங்கியது. 1837 இல் அமெரிக்கப் பொருளாதாரம் மிகப் பெரும் சரிவை எதிர் கொண்டது. அதிலிருந்து நாடு மீளுமா என்பதே பெரும் கேள்விக்குறியாக எழுந்து நின்றது.

அந்தப் பாதிப்பு இவருக்கு எந்தத் தீங்கையும் விளைவித்து விடவில்லை. முதல் மனைவியின் சொத்துக்கள் திரும்பவும் இவருக்குக் கை கொடுத்தன. 22 ஆயிரம் டாலர் முதலீட்டு மதிப்பு கொண்ட சொத்து இவருக்குக் கிடைத்தது.

ஹார்வர்டில் இவரை உரையாற்ற அழைத்திருந்தார்கள். அமெரிக்கப் படைவீரர் என்ற தலைப்பில் இவர் சொற்பொழிவாற்ற வேண்டும்.

இவரது சொற்பெருக்கு கேட்போரை மெய் மறக்கச் செய்தது. இதன் தாக்கம் பெரும் விளைவுகளை ஏற்படுத்தப் போகிறது என்பதற்குக் கட்டியம் கூறுவதாக அமைந்தது அந்தப் பேச்சு. அதைப் பாராட்டாதவர்களே இல்லை.

இது பற்றிக் குறிப்பிடும்போது ஹோல்ம்ஸ் என்பார் தனிமனித அறிவுத்திறன் சார்ந்த விடுதலைக்கான அறைகூவல் இது என்று போற்றி இருக்கிறார்.

கன்கார்டின் ஆவி என்ற பட்டமும் இவருக்குக் கிடைத்தது. எல்லாரையும் ஒரே சிந்தனைக்குத் திருப்பி விட்டவர் என்று அந்தப் பகுதி மக்கள் இவரைப் போற்றிப் புகழ்ந்தார்கள்.

எந்த மக்களால் போற்றப்பட்டாரோ அதே மக்களால் தூற்றப்பட்ட நிகழ்வுகளும் தொடர்ந்தன. ஜூலை 15 அன்று இவர் ஆற்றிய சொற்பொழிவு பெரும் கிளர்ச்சிக்குக் காரணமாக அமைந்தது. இவரது முற்போக்குச் சிந்தனைக் கருத்துக்களை ஏற்றுக்கொள்ளப் பழமைவாதிகள் தயாராக இருக்கவில்லை.

நகரை விட்டு வெளியேறு என்று குரல் எழுப்பும் அளவுக்கு இவரை வெறுக்கத் தொடங்கினார்கள். இவரும் அவ்வாறே புறப்பட்டார்.

டார்ட்மவுத் என்ற இடத்தில் இலக்கிய நெறி என்ற தலைப்பில் உரையாற்றினார். தமது பேச்சினால் ஏற்படும் விளைவுகளை ஊன்றிக் கவனித்த இவர் தம்மைத்தாமே ஆய்வுக்குட்படுத்திக் கொண்டார்.

இனியும் தம்மால் மதகுரு என்ற பணியில் மட்டும் தொடர முடியாது என்பதைப் புரிந்து கொண்டார். அதே வேளையில் கற்றுக் குட்டிப் பேச்சாளர் என்ற நிலையையும் தாண்டி வந்து வெகு காலமாயிற்று. இனி தொழில்முறைப் பேச்சாளர் என்றே அறியப்பட வேண்டும். அதற்கான நடைமுறைகளில் கவனம் செலுத்த வேண்டும் என்று தீர்மானித்தார். சுதந்திரமாகச் சிந்திக்கவும் தமது கருத்துக்களை எழுதி வெளியிடவும் வேண்டும் என்று எண்ணினார். புதிய எண்ணங்களை மக்களிடையே பரப்ப வேண்டும் என்பதில் தீவிரம் காட்டத் தொடங்கினார்.

1839. ஜனவரி *19.* எதிர்ப்பு என்ற பெயரில் தமது கருத்துக்களைத் தொகுத்து வெளியிட்டார் இவர். அதற்குப் பின் நான்கு நாட்கள் கழித்து மதச்

சொற்பொழிவாற்றினார். அதுதான் இந்த வகையிலான கடைசிச் சொற்பொழிவு என்பது அவருக்கு அப்போது தெரிந்திருக்க வாய்ப்பில்லை. கன்கார்டில் கடைசிச் சொற்பொழிவு அதுதான்.

இந்நேரத்தில் இவருக்கு மூத்த மகள் பிறந்தாள். அந்தக் குழந்தைக்கு எல்லென் டக்கர் என்று பெயர் சூட்டி மகிழ்ந்தார். தமது முதல் மனைவியின் நினைவாகவும் அவர் மூலம் கிடைக்கப் பெற்ற செல்வத்திற்கு நன்றி கூறும் விதமாகவும் அவர் இந்தப் பெயரைத் தேர்ந்தெடுத்திருந்தார்.

இந்தப் பெண் குழந்தை வளர்ந்து திருமண வயதை எட்டிய நிலையிலும் திருமணமே செய்து கொள்ளாமல் தனது வாழ்நாளைக் கழித்தாள். தந்தைக்கு ஊன்றுகோலாகவும் உதவி செய்பவளாக வுமே தனது ஆயுளைச் செலவிட்டாள்.

இவரது சொற்பொழிவுகள் முன்னைவிடவும் பெரும் வரவேற்பைப் பெறத் தொடங்கின. பொருளாதார வருவாயும் கணிசமாக உயர்ந்து கொண்டு வந்தது. ஒரு புறம் சோதனைகள் வாட்டினாலும் மறுபுறம் சாதனைகள் என்று வாழ்க்கையைத் தொடர்ந்து வந்தார்.

1840 இல் நடத்தப்பட்ட தேர்தலில் இவர் ஆதரித்த வேட்பாளர் பிரபலமாகாதவர். வேறு எந்த வகையிலும் வலுமிக்கவரும் அல்லர். அந்த வேட்பாளரை ஆதரித்துச் செய்யப்பட்ட பிரச்சாரங்களும் மூடத்தனமாக இருந்தன.

இவர் அந்த வேட்பாளருக்குத் தரும் ஆதரவு கண் மூடித்தனமானது என்ற விமர்சனம் எழுந்தது. எனினும் இந்த வேட்பாளர் தேர்ந்தெடுக்கப்பட்டால் மாற்றுக் கட்சியினரை விடக் குறைந்த தொல்லையளிப்பவராகவே இருப்பார் என்று கருதினார் இவர்.

மார்கரெட் ஃபுல்லருடன் இணைந்து தி டயல் என்ற இதழை நடத்த ஆரம்பித்தார். நாவில்லா ஊமைகளாய்

உழல்பவர்களின் குரலை ஓங்கி ஒலிக்கச் செய்ய இதுவே சரியான வழியாக இருக்கும் என்று எண்ணினார். ஃபுல்லரும் இவரும் மாற்றி மாற்றிப் பொறுப்பேற்று நடத்தி வந்த போதிலும் இந்த இதழ் நீண்ட காலம் தொடரப்படவில்லை.

1841 இல் இவரது கட்டுரைகள் தொகுக்கப்பட்டு நூலாக வெளியிடப்பட்டன. இது இவரது திறனைப் புதிய கோணத்தில் வெளிப்படுத்திற்று. சுதந்திரச் சிந்தனையாளர் என்ற அங்கீகா ரத்தைப் பெற்றுத் தந்தது.

மெய்ன் பகுதியிலுள்ள வாட்டர்வில் கல்லூரிக்குச் சொற்பொழிவாற்றச் சென்றார் இவர். இயற்கையின் வழிமுறை என்பது தலைப்பு. இவரது சொற்பொழிவு களிலேயே அதிகம் பேசப்பட்டவை என்று தேர்ந் தெடுத்தால் இதுவும் அந்த வரிசையில் இடம் பெறக் கூடியது.

நவம்பர் மாதத்தில் இவரது இரண்டாவது மகள் எடித் பிறந்தாள். அடுத்து வந்த டிசம்பர் 23 அன்று இவர் பாஸ்டனில் உரையாற்றுகிறார். தமது புதிய பார்வை பற்றி விளக்குகிறார்.

ஹென்றி தொரோவின் சகோதரர் ஜான் 1842 ஜனவரி 12 இல் மறைகிறார். அதற்குத் துயரச் செய்தியை வாசிக்கும் இவருக்கு இன்னொரு இன்னல் காத்திருக்கிறது. இவரது குழந்தையே காய்ச்சல் கண்டு இறக்கிறது.

வாழ்க்கையில் வெறுமை சூழ்ந்ததாக உணர்கிறார். இந்தப் பாதிப்பு அவரிடம் கடுமையான விளைவுகளை ஏற்படுத்தியது. நாற்பது ஆண்டுகள் கழித்து இவர் தமது மரணப்படுக்கையில் வீழ்ந்து கிடந்த நேரத்திலும் இவரது வாய் அரற்றியது அந்தச் சிறுவனைப் பற்றித்தான்.

1844 இல் இரண்டாவது மகன் எட்ர்வட் பிறந்திருந்த போதிலும் இறந்து போன அந்த அழகான சிறுவனைப் பற்றியே அவர் துக்கச் சுமையைச் சுமந்து கொண்டு

இருந்தார். இவரது சொற்பொழிவுகளிலும் கட்டுரை களிலும் இதன் சாயலைத் தெரிந்து கொள்ள முடியும்.

மன அமைதியை இழந்த இவர் 1847 அக்டோபரில் தமது இரண்டாவது ஐரோப்பியப் பயணத்தை ஆரம்பித்தார். குடும்ப உறுப்பினர்களைக் காப்பாற்றும் பொறுப்பைத் திறன் மிகுந்த ஹென்றி தொரோவிடம் விட்டுச் சென்றார்.

ஐரோப்பாவிற்குக் கிளம்பி வருகிறார் என்ற செய்திக்கு முன்பாகவே இவரது பேரும் புகழும் அங்கே பரவியது. அற்புதமான கருத்துக்களை எடுத்துச் சொல்லக் கூடியவர் என்பதும் ஆபத்தான எண்ணங்களுக்குச் சொந்தக்காரர் என்பதும் இவரைப் பற்றி எழுந்த விமர்சனங்களாகும்.

இங்கிலாந்திலும் அயர்லாந்திலும் இவரது சொற் பொழிவுகளைக் கேட்கப் பெருந்திரளான மக்கள் கூடி னார்கள். சொற்பொழிவுகளுக்கு மிகுந்த வரவேற்புக் கிடைத்தது.

முன்னாள் நண்பர் கார்லைலுடன் இணைந்து பல அரிய சாதனைகளைப் படைக்க முற்பட்டார் இவர். மனப் பாங்கும் கருத்துக்களும் வேறுபடுவது இருவரையும் பிரித்து விடுமோ என்ற அச்சமும் நிலவியது.

அறிஞர் பெருமக்கள் பலரையும் சந்தித்து அளவளாவிய இவர் பாரிஸ் நகருக்குப் புறப்பட்டார். லிவர்பூல் வழியாக 1848 ஜூலை 27 இல் தாயகம் திரும்பினார்.

தொடர்ந்து பல இடங்களுக்குப் பயணிப்பதும் சொற் பொழி வாற்றுவதும் அவரது அன்றாடக் கடமைகள் ஆயின. அமெரிக்காவில் உள்நாட்டுப் போர் ஏற்பட்டது இவரைப் பெரிதும் பாதித்தது. ஆரம்பத்தில் ஆபிரகாம் லிங்கனுடன் ஒத்துப் போக முடியாதவராக இருந்தாலும் லிங்கன் மறைந்தபோது அவரை அமெரிக்காவின் தந்தை என்று புகழ்ந்துரைத்தார்.

ஹார்வர்ட் பல்கலைக் கழகம் இவருக்கு முனைவர் பட்டத்தை அளித்துக் கவுரவித்தது. அதனைத் தொடர்ந்து கல்லூரியில் பொறுப்பான பதவி ஒன்றையும் அளித்தது.

1872 ஆம் ஆண்டு ஜூலை 24 ஆம் நாள் இவரது இல்லம் தீக்கிரையானது. இதன் விளைவாக இவரது உடல்நலம் பெரிதும் பாதிக்கப்பட்டது.

மகள் எல்லெனுடன் ஐரோப்பா மற்றும் எகிப்திற்குப் புறப்பட்டார். தமது எழுபதாவது பிறந்த நாளுக்குப் பின் அமெரிக்கா திரும்பினார். அப்போது அவரது இல்லம் மீண்டும் புதிதாக உருவாக்கப்பட்டிருந்தது.

சிறிது சிறிதாக நோய்த் தாக்குதலுக்கு ஆளான அவர் 1882 ஏப்ரல் 27 அன்று இவ்வுலக வாழ்வை நீத்தார்.

மறைந்த ஒன்பதாம் நாளில் அவரது கல்லறையில் நின்ற புகழ்பெற்ற கவிஞர் விட்மன் தன்னை உணர்ந்த, நீதிமிக்க, அன்பு செலுத்தப்பட்ட, சூரியனைப் போன்ற தூய்மை கொண்ட மனிதர் இங்கே உறங்குகிறார் என்று குறிப்பிட்டார்.

அப்படிப் புகழப்பட்ட அந்த மனிதர்தான் ரால்ப் வால்டோ எமர்சன்.

15 மற்றவர்களுக்கு ஊக்கமூட்டும் மாமருந்து

Nepoleon Hill   நெப்போலியன் ஹில்

*தா*மஸ் ஆல்வா எடிசன் (Thomas Alva Edison), அலெக்சாண்டர் கிரகாம் பெல் (Alexander Graham Bell), ஹென்றி ஃபோர்ட் (Henry Ford), எல்மர் கேட்ஸ் (Elmer Gates), சார்லஸ் எம்.ஷ்வாப் (Charles M. Schwab), தியோடர் ரூஸ்வெல்ட் (Theodore Roosevelt), வில்லியம் ரிக்லி (இளைய) (William Wrigley Jr), ஜான் வானமாக்கர் (John Wanamaker), வில்லியம் ஜென்னிங்ஸ் ப்ரையன் (Willia Jennings Bryan), ஜார்ஜ் ஈஸ்ட்மன் (George Eastman), உட்ரோ வில்சன் (Woodrow Wilson), வில்லியம் எச்.டப்ட் (William H. Taft), ஜான் டி.ராக்பெல்லர் (John D. Rockefeller), எப்.டபிள்யூ.உட்வொர்த்

(F. W. Woolworth),ஜென்னிங்ஸ் ராண்டால்ப் (Jennings Randolph)

இவர்களில் எத்தனை பேர்களை உங்களுக்குத் தெரியும்? அத்தனை பேரையுமே தெரியும் என்கிறீர்களா? அப்படியானால் நீங்களும் அவர்கள் வரிசையில் எண்ணத் தக்கவர்தான்.

தெரியவில்லை என்பதற்ககாக வருத்தப்படுகிறீர் களா? அதனாலும் பரவாயில்லை. நீங்களும் அவர்களைப் போல் ஆகலாம். இந்தப் பட்டியலில் இடம் பெற்றிருப்பவர்கள் எல்லாருமே சாதனையாளர்கள். வெற்றி யாளர்கள். உலகக் கோடீஸ்வரார்கள்.

இவர்கள் எல்லாரையும் போய் நேரில் பார்த்துப் பேசுங்கள். இவர்கள் தங்கள் வெற்றிகளை எப்படிச் சாதித்தார்கள் என்று கேளுங்கள். அந்த இரகசியத்தை விளங்கிக் கொள்ளுங்கள்.

அதை உலகத்திற்கே எடுத்துச் சொல்லுங்கள். இவர்களைப் போன்ற இன்னும் பலர் இங்கே தேவைப்படுகிறார்கள் என்று சொன்னவரும் ஒரு கோடீஸ்வரர் தான்.

உங்களது தேவைகள் அனைத்தையும் நான் பார்த்துக் கொள்கிறேன். இன்று முதல் உங்களது வேலை இதுதான். வாழ்க்கையில் வெற்றி அடைந்தவர்களைச் சென்று சந்திப்பது. அவர்களது வெற்றிக்கான அடிப்படைகளை ஆராய்வது.

அவற்றை மற்றவர்களும் பின்பற்றும் வகையில் எடுத்துச் சொல்வது. தயாரா நீங்கள்?

இப்படிக் கேட்டவர் இரும்புத் தொழிலில் கொடி கட்டிப் பறந்த ஆண்ட்ரூ கார்னிஜி (Andrew Carnegie). உலகப் பெரும் பணக்காரர்களுள் ஒருவர்.

இவர் வெற்றியை விளைவிக்கும் விந்தைகளை அறிந்து வர யாரைப்பணித்தாரோ அவரைப் பற்றித்தான் படிக்கப் போகிறீர்கள்.

உங்கள் மனதில் எதை நினைத்தாலும் சரி. அதை உறுதியாக நம்பினீர்கள் என்றால் நீங்கள் எதையும் சாதிக்கலாம்.

இப்படிச் சொன்னவரைப் பற்றித் தெரிந்து கொள்ள வேண்டாமா? சாதனையாளர்கள் பலரை உருவாக்கிய இந்தச் சாதனை மனிதரைப் பற்றிப் பார்ப்போம்.

இவர் பிறக்கும்போதே செல்வச் சீமானாய்ப் பிறந்தவரில்லை. ஏழ்மையும் வறுமையும் இரண்டறக் கலந்திருந்த குடும்பத்தில்தான் பிறந்தார்.

இவர் பிறந்த ஆண்டு 1883. அமெரிக்காவின் வர்ஜீனியா மாநிலம். அங்கே வொய்ஸ் கவுன்டி என்று ஓர் இடம். பவுண்ட் என்ற நதிக் கரை. ஒற்றை அறை கொண்ட வீடு. இங்குதான் இவர் பிறந்தார்.

பத்து வயது நடந்து கொண்டு இருந்தபோது தாயை இழந்தார். இதற்குப் பின் இரண்டு வருடங்கள் கழித்து இவரது தந்தை மற்றொரு பெண்ணைத் திருமணம் செய்து கொண்டார். வாழ்க்கை எப்படி இருந்திருக்கும் என்று விளக்கத் தேவையா?

கோபம், வெறுப்பு மிதமிஞ்சிப் போகும். கலகம் செய்யத் தூண்டும். இப்படியொரு சூழ்நிலையில்தான் இவர் வளர்ந்து வந்தார். ஆனால் உன்னத மனிதராக உயர்ந்தார்.

இது எப்படி முடிந்தது இவருக்கு? பதின்மூன்று வயதில் இவருக்குள் அந்த விதை விழுந்தது. சிறு பத்திரிகை ஒன்றிற்குச் செய்தியாளராக அப்போதே எழுதத் தொடங்கிவிட்டார்.

இது அவருக்கு நல்ல பயிற்சிக் களமாக அமைந்தது. இந்தப் பயிற்சியும் உழைப்பும்தான் அவரை அமெரிக்காவே ஃ இல்லை இல்லை உலகமே விரும்பும் எழுத்தாளர் ஆக்கியது.

இவரது எழுத்தைப் படிப்பவர்களுக்கு உடனே உற்சாகம் தொற்றிக் கொள்ளும். நம்மாலும் முடியும் என்ற நம்பிக்கை பிறக்கும். மற்றவர்களை ஊக்கம் கொள்ளச் செய்வதில் இவர் தன்னிகரற்று விளங்கினார். இவரது எழுத்துக்களால் உந்தப்பட்டவர்கள் தொகை பெருகத் தொடங்கியது.

வாழ்க்கைப் பாதை எப்போதுமே மலர்ப் படுக்கையாக இருப்பதில்லை. அதில்தான் எத்தனை போராட்டங்கள்ஃ சோதனைகள்ஃ இன்னல்கள். எல்லாவற்றையும் தாண்டித்தானே வெற்றிக் கனியைப் பறிக்க வேண்டி இருக்கிறது?

எத்தனையோ பேர் செல்வத்தைக் குவித்துவிடுகிறார்கள். என்றபோதிலும் நிம்மதியை இழந்து தவிக்கிறார்கள். அவர்களால் தங்கள் வாழ்க்கையை மகிழ்ச்சிகரமாக நடத்திச் செல்ல முடிவதில்லை. இதற்குக் காரணம் என்ன?

இந்தக் கேள்விக்கு விடை காண முயற்சித்தார் இவர். தமது இருபத்தைந்து ஆண்டுக் கால உழைப்பை இதற்காகச் செலவிட்டார். இறுதியில் அந்தக் காரணத்தைக் கண்டே பிடித்துவிட்டார். அதை உலகிற்கு அறிவித்தார். உலகம் மழுவதும் அதனால் பயன் பெற்றது.

பத்திரிகை எழுத்தாளராக இவர் பெரிதும் நேசிக்கப்பட்டார். இதன் மூலம் பெற்ற வருவாயைக் கொண்டு சட்டம் படிக்கலானார்.

சட்டத்துறையிலும் தமக்குப் பொறுப்பான இடம் ஒன்றை உருவாக்கிக் கொண்டார். இவரது தனி மனித வாழ்க்கை எந்தச் சிக்கலும் இல்லாது சீராகப் போய்க் கொண்டிருந்தது.

வெற்றி பெற்றவர்களைப் பற்றி எழுதுவது இவருக்குப் பிடித்தமான ஒன்று. இவரது எழுத்துக்களைப் படித்து விட்டுத் தாங்களும் வெற்றி பெற வேண்டும் என்று புறப்பட்டவர்கள் அதிகம்.

இந்த நிலையில்தான் இரும்புத் தொழில் மன்னர் ஆண்ட்ரூ கார்னிஜி இவரைச் சந்தித்தார். உலகின் முதல்நிலைக் கோடீஸ்வரர்களின் பட்டியலைக் கொடுத்தார்.

இவர்கள் எப்படி வெற்றி பெற்றார்கள் என்பதை விசாரித்துத் தெரிந்து கொண்டு உலகிற்கே உதவும் வகையில் எழுதுங்கள் என்று கேட்டுக் கொண்டார். சாமானியனுக்கும் இது ஊக்கம் ஊட்டுவதாக அமைய வேண்டும் என்றார் கார்னிஜி.

இப்படித்தான் 500 பெரும் சாதனையாளர்களை இவர் நேர்காணல் செய்யத் தொடங்கினார். தாம்கண்டதையும் கேட்டதையும் தொகுத்தார்.

அதை மற்றவர்கள் பயன்படுத்தும் விதத்திலான அறிவுரைகளாக வழங்கினார். வெற்றியின் இரகசியம் இதுதான் என்பதைத் தெளிவாக்கினார்.

பஞ்சைப் பராரிகளாய் தொடங்கி இருந்தாலும் பணத்தில் மிதப்பவர்களாக இவர்கள் ஆனது எப்படி என்பதை ஆராய்ந்தார். இந்தத் தேடலை இடைவிடாது நடத்தினார். இருபது ஆண்டுக் காலம் இதற்காக உழைத்தார்.

இதன் பலனாகத் தான் எண்ணுங்கள் வளம் பெறுங்கள் என்று பொருள்படும் Think and Grow Rich என்ற நூலை எழுதி முடித்தார்.

வெற்றிக்கான இரகசியம் சிக்கலானதா?

இல்லை. அது மிகவும் எளிமையானது என்கிறார் இவர்.

எப்படி என்பது இவரது புத்தகத்தைப் படித்த 70 லட்சம் பேர்களுக்கும் தெரியும். இன்னும் படித்துக் கொண்டிருப்பவர் களுக்கும் புரியும்.

சுய முன்னேற்றம் பற்றி இத்தனை அருமையாக எழுதியவர்கள் வேறு யாரும் இருப்பார்களா என்று கேட்கத் தூண்டும் வகையில் எழுதப்பட்ட அற்புதமான புத்தகம் இவருடையது.

பதிப்புத் துறையில், விற்பனையில், பலனில் சாதனை படைத்தது இவரது புத்தகம்.

சகலகலா வல்லவராகத் திகழ்ந்த இவர் எழுத்து, கற்பித்தல், உரையாற்றல் போன்ற பல துறைகளிலும் திறமை பெற்றவராக விளங்கினார். அவருடைய செயல்கள் அனைத்துமே வெற்றி என்ற ஒன்றையே விளக்குவதாக அமைந்திருந்தன.

தனி மனித சாதனைகளுக்கு வழிகாட்டியாக இவரது படைப்புகள் திகழ்ந்தன. மற்றவர்களுக்கு ஊக்கமூட்டும் மாமருந்து இவருடைய சொற்கள் என்பது வழக்கமாயிற்று.

உலகில் இதுவரை எழுதப்பட்ட அனைத்துத் தன்னம்பிக்கை நூல்களையும் மிஞ்சி விற்பனையில் சாதனை படைத்தது இவரது திங்க் அண்ட் க்ரோ ரிச் புத்தகம். இந்தச் சாதனைக்குரிய நெப்போலியன் ஹில் 1970 ஆம் ஆண்டு நவம்பர் மாதத்தில் இவ்வுலகை விட்டுப் பிரிந்தார்.

16 மனமே மருந்து என்று மெய்ப்பித்த தம்பதிகள்

Friedrich Rosen   பிரடெரிக் எல்.ராஸன்

உங்களுக்கு ஏற்படும் எந்தத் தொல்லைக்கும் மனமே மருந்து என்று சொன்னால் ஏற்றுக் கொள்வீர்களா? உங்கள் மனம் என்ன நினைக்கிறது என்பதை முழுமையாக விளங்கிக் கொள்ள நீங்கள் இதைப் படித்துத் தான் ஆக வேண்டும்.

அமெரிக்காவிலுள்ள மெய்ன் பகுதியைச் சேர்ந்த போர்ட்லண்ட் என்ற இடத்தில் 1838 ஆம் ஆண்டு பிப்ரவரி மாதம் பன்னிரெண்டாம் தேதி இவர் பிறந்தார்.

தலை சிறந்த மதத் துறவியாக ஆக வேண்டும் என்பது இவரது விருப்பமாக இருந்தது. இதற்கான முயற்சிகளை மேற்கொள்ளத் தொடங்கி

னார். வாட்டர் வில் கல்லூரி என்ற கல்வி நிலையத்தில் படித்து வந்தார்.

அப்போதுதான் எதிர்பாராதவிதமாக அந்தச் சோதனை ஏற்பட்டது. இவரது உடல்நலம் வெகுவாகக் குன்றியது. இனி நம்மால் நீண்ட காலம் வாழ இயலாது என்று நினைக்கும் அளவுக்கு மோசமான நிலைக்கு ஆளானார்.

இருந்தபோதிலும் அவருக்கு ஒரு நல்ல தகவல் கிடைத்தது. பினியாஸ் பார்க்ஹர்ஸ்ட் க்விம்பி (Phineas Parkhurst Quimby) என்பவர் எத்தகைய நோயையும் குணமாக்குவதாகக் கேள்விப்பட்டார்.

எதற்கும் அவரைப் போய்ப் பார்த்துவிட்டு வருவோமே என்ற எண்ணம் இவருக்குள் ஓடிற்று. தமது ஆயுட்காலமே அவ்வளவுதான் என்று எண்ணிக் கொண்டிருந்தவருக்கு இது அரியதொரு திருப்பமாக அமைந்தது.

க்விம்பியைப் போய்ப் பார்த்தார். இது 1860 ஆம் ஆண்டு நடந்த நிகழ்ச்சி. மிகக்குறுகிய காலத்திற்குள்ளாகவே க்விம்பி அளித்த சிகிச்சை காரணமாக முற்றிலுமாகத் தேறிவிட்டார் இவர். வாழ்க்கையின் விளிம்பில் நின்றுகொண்டிருந்தவருக்குப்

புது வாழ்க்கை கிட்டிற்று. அது மட்டுமல்ல. புது வசந்தமும் பிறந்தது. எப்படி?

அன்னெட்டா ஸீபரி (Annetta Seabury) என்ற பெயர் கொண்ட ஒரு பெண்மணி. அவரும் கடுமையான நோயினால் பாதிக்கப்பட்டிருந்தார். உடல் நலம் வேண்டி க்விம்பியைப் பார்க்க வந்திருந்தார்.

ஒரே நோக்கத்திற்காக ஒரே நபரைச் சந்திக்க வந்திருந்த இந்த இரண்டு பேர்களுடைய மனங்களும் ஒத்துப் போயின. இரு மனம் கலந்தால்? அடுத்தது திருமணம் தானே? இருவரும் மணமுடித்துக் கொண்டார்கள்.

தாம் எப்படிக் குணமடைந்தார், க்விம்பியின் திறமை என்ன என்பதை விளக்கிச் சொல்வதே இவருக்குப் பெரும் பணியாயிற்று. அதை மிகுந்த விருப்பத்துடன் செய்து வரலானார்.

போர்ட்லண்டிலிருந்து வெளிவந்த செய்தித்தாள் ஒன்றின் ஆசிரியராக ஆகும் வாய்ப்பு இவரைத் தேடி வந்தது. ஆனால் அந்தப் பொறுப்பில் இவர் நீண்ட காலம் நிலைக்கவில்லை. அதற்குள் இன்னொரு வாய்ப்பும் வந்தது.

மஸாசூஸெட்ஸ் பகுதியைச் சேர்ந்த வெப்ஸ்டர் என்ற இடத்திற்குக் குடிபெயர்ந்தார். வெப்ஸ்டர் டைம்ஸ் என்ற இதழின் பதிப்பாளராகவும் ஆசியராகவும் பொறுப்பேற்றுக் கொண்டார்.

புதிய சிந்தனைக் கருத்துக்களைப் பரப்புவதையே தமது நோக்கமாகக் கொண்டார். இதற்காக அயராது உழைத்தார். எழுதிக் குவித்தார். இந்தக் கால கட்டத்தில்தான் அன்னெட்டா இவர்களது மூத்த மகன் ஹொரேஷியா (Horatio) வை ஈன்றெடுத்தார்.

1866 ஆம் ஆண்டு டாக்டர் க்விம்பி இயற்கை எய்தினார். சிறிது காலம் கழித்து திருமதி பேட்டர்சன் என்பவர் பனிப்பரப்பில் சறுக்கி விழுந்து கடும் காயங்களுடன் போராடிக் கொண்டிருந்தார்.

க்விம்பி உயிரோடு இருந்திருந்தால் தன்னை எப்படியும் குணமாக்கி விடுவார் என்று அந்த அம்மையார் எண்ணி இருந்தார். இப்போது அதற்கு வாய்ப்பு இல்லாமல் போய் விட்டதை எண்ணி வருந்தினார்.

க்விம்பியிடம் சிகிச்சை பெற்றிருக்கும் தாங்களே ஏன் எனக்கு வைத்தியம் பார்க்கக் கூடாது என்று பேட்டர்சன் அம்மையார் இவருக்குக் கடிதம் எழுதினார்.

இதில் இவருக்கு உடன்பாடு இருக்கவில்லை. மென்மை யாக மறுத்துவிட்டார். அமெரிக்காவிற்கு மேற்குப்

பகுதிக்குக் குடி பெயர்ந்து அங்கு சில காலம் வாழ்ந்து வந்தார்.

சுமார் பதினாறு ஆண்டுகளுக்குப் பிறகு மஸாசூ ஸெட்ஸ் திரும்பினார். இப்போது இவருடைய மனைவி அன்னெட்டா, க்வெம்பி யைப் பின்பற்றி மன இயல் மருத்துவம் செய்யத் தொடங்கி இருந் தார். பாஸ்டன் நகரில் அவர் இவ்வாறு சிகிச்சை செய்து வந்தார்.

இது விளம்பரப்படுத்தப்படாத தொழிலாகவே தொடர்ந்து கொண்டிருந்தது. நலமடைந்தவர்கள் மற்றவர்களுக்குச் சொல்வதன் மூலம் மேலும் மேலும் பல நோயாளிகள் இவர்களைத் தேடி வரத் தொடங்கி னார்கள்.

டாக்டர் க்விம்பியின் வழிமுறைகளையே தங்களது சிகிச்சைக்கு அடிப்படையாகக் கொண்டு இந்தத் தம்பதிகள் சிகிச்சை அளித்து வந்தனர். இதைப் பற்றிய விளக்கங்களை அளிக்கும் வகுப்புகளை யும் நடத்தினார்கள். டாக்டர் க்விம்பி தமது கைப்பட எழுதி வைத்திருந்த குறிப்புகளையே தங்களது வழிகாட்டியாகக் கொண்டார்கள் இவர்கள்.

இந்த நேரத்தில் மேரி பேக்கர் எட்டி (டுஒூர லுஒனகர நீழுழு) என்பார் ஏறக்குறைய இதே போன்ற சிகிச்சை களை அளித்துக் கொண்டிருந்தார். இவற்றுள் எது சரியான, முறையான சிகிச்சை என்பதில் பெரும் சர்ச்சை உருவாகத் தொடங்கியது.

தாங்கள் முழுக்க முழுக்க டாக்டர் க்விம்பியின் வழிமுறைகளைப் பின்பற்றியே சிகிச்சை அளிப்பதாகவும் இது முற்றிலும் மன இயல் அடிப்படையிலான சிகிச்சை முறை என்றும் விளக்கமளித்து ஒரு கட்டுரையை இவர்கள் வெளியிட்டார்கள். இது 1884 ஆம் ஆண்டு வெளியாயிற்று.

இவர்களது சிகிச்சை முறையில் மருந்தோ பிற வைத்திய சாதனங்களோ பயன்படுத்தப்படவில்லை. முற்றிலும் உள்ளுணர்வு அடிப்படையிலேயே நோய்களை வெற்றி கொள்ள முடியும் என்றார்கள்.

மருந்து மாத்திரை இல்லாமல் எப்படி நோய்களைக் குணப்படுத்த முடியும் என்ற ஐயம் எவருக்கும் எழும். மனிதர்களின் அச்சங்கள், கவலைகள், உணர்ச்சிவசப்படும் தன்மை, எதிர்பார்ப்புகள், நம்பிக்கைகள் போன்றவற்றாலேயே நோய்கள் உருவாகின்றன.

அந்த நோய்களைக் குணமாக்குவதற்கும் இவையே மருந்தாகவும் செயல்படுகின்றன. சுருக்கமாகச் சொல்வதானால் எண்ணமே எதையும் விளைவிக்கும். அது நோயானாலும் சரி. சிகிச்சையானாலும் சரி.

இத்தகைய கருத்துக்களை இவர்கள் தங்களது வகுப்புகளில் வலியுறுத்தி வந்தார்கள். மனிதர்கள் தங்களிடம் உள்ள அன்பு, கருணை, நீதி, உண்மை ஆகிய பண்புகளின் மூலம் மற்றவர்களுக்கு நன்மை செய்ய முடியும் என்பதை விளக்கினார்கள்.

அன்னெட்டா, டாக்டர் க்வெம்பியின் தத்துவம் என்ற நூலை 1895இல் வெளியிட்டார். இது டாக்டர் வெம்பியின் வாழ்க்கை வரலாறாகவும் அவரது கொள்கைகளின் விளக்கமாகவும் திகழ்ந்தது.

அன்னெட்டாவின் கணவர் ஜூலியஸ் டிரெஸ்ஸர் என்ற பெயரில் அறியப்பட்டார். டிரெஸ்ஸர் தம்பதிகள் என்பதே இவர்களைக் குறிக்கும் பெயராக ஆயிற்று.

உங்களுக்கு ஏற்படும் நன்மைக்கும் தீமைக்கும் உங்கள் மனமே காரணம்.. அதுவே எல்லாவற்றிற் கும் மருந்து என்பதை விளக்கியவர்கள் இந்தத் தம்பதியர்.

மனமே மருந்து என்றால் அப்புறம் நோய்கள் ஏது?

நம்பினால் நடக்கும் என்பதை நடைமுறைப்படுத்தியவர்

இவருடைய சகோதரர் இங்கிலாந்தில் புகழ் பெற்ற பொறியாளர். முதல் உலகப் போருக்குத் தனது தலைமை

யின் கீழ் ஒரு நூறு வீரர்களை அழைத்துச் சென்றவர் இவர். அந்த ஒரு நூறு பேர்களுக்கும் ஒரே ஒரு சிறு கீறல் கூட இல்லாமல் போர்க்களத்தில் வெற்றி பெற்றுத் திரும்பிய மாவீரர் இவர்.

எப்படி முடிந்தது இது என்று இவரைக் கேட்டால் இவர் சொல்லும் பதில் ஒவ்வொருவரையும் சிந்திக்க வைப்பது. ஒவ்வொரு மனிதனும் தனது எண்ணங்களை அடுத்த மனிதனின் மேல் செயல்படுத்த முடியும்.

இயற்கையிலேயே இந்த ஆற்றல் ஒவ்வொருவருக்கும் இருக்கிறது. போரில் வெற்றி பெற வேண்டும்ஃ அதைச் சிறியதொரு இழப்பு கூட ஏற்படாமல் செயல்படுத்த வேண்டும் என்று எண்ணினேன்ஃ அதை என்னுடன் வந்தவர்களைக் கொண்டு செயல்படுத்திக் காட்டினேன் என்பார்.

இது ஏதோ மத நம்பிக்கையின் அடிப்படையில் சொல்லப்படும் வாசகம் போல் தோன்றுகிறதே என்று நினைப்பீர்கள். அவ்வாறில்லை. இவர் மதவாதி அல்ல. அடிப்படையில் இவர் ஒரு பொறியாளர். சிறந்த தொழிலதிபர்.

1859 ஆம் ஆண்டு இங்கிலாந்தில் பிறந்தவர். பொறியியல் துறையில் தன்னிரகற்று விளங்கியவர். தொழிலில் முத்திரை பதித்தவர். பொறியியல் திறமை நிரம்பியவர். மற்றவர்களுக்குத் தொழில் ஆலோசனைகளை வழங்கும் வகையிலும் நம்பிக்கைக்குரியவராகத் திகழ்ந்தார்.

நினைப்பது எதையும் நிறைவேற வைக்கலாம் என்று உறுதியாக நம்பியவர் இவர். இதற்காகத் தனி அமைப்பு ஒன்றையும் தாமே முன்வந்து தோற்றுவித்து வளர்த்தார்.

அறிவியல் மேதை

அறிவியல் துறையிலும் இவர் பாராட்டத் தக்க விதத்தில் தமது திறமையை வெளிப்படுத்தினார்.

மின்சாரத்தைப் பொருத்தமான வகையில் பயன்படுத்து வதில் வெற்றி கண்டவர்களுள் இவரும் ஒருவர்.

மின்சாரத்தைப் பயன்படுத்தி விளக்குகளை எரியச் செய்யலாம் என்பது அந்தக் காலத்தில் யாருக்கும் தோன்றாத உத்தியாக இருந்தது. மின்சாரத்தைக் கொண்டு விளக்குகளை எரிப்பதை வணிக ரீதியில் செய்து வந்த ஒரு நிறுவனத்தில் இவர் பணியாற்றி வந்தார். இங்கிலாந்தில் இந்தச் சேவையை வழங்கிய முதல் நிறுவனமும் இதுதான்.

போக்குவரத்திற்கும் மின்சாரத்தைப் பயன்படுத்தலாம் என்பதை உறுதி செய்தார் இவர். இரயில்போக்குவரத் திற்கு மின் விசையைப் பயன்படுத்திய நிறுவனம் ஒன்றை யும் இவரே முதன் முதலாகத் தோற்றுவித்தார்.

இவரது முயற்சிகள் பலதரப்பட்டவை. பெட்ரோலி னால் இயங்கும் வாகனம் ஒன்றையும் இவர் உருவாக்கி னார். காற்றால் நிரப்பப்பட்ட வான் கப்பல்களை விண் ணில் பறக்க உதவும் சாதனமாக ஆக்கும் முயற்சியிலும் ஈடுபாடு காட்டினார்.

இங்கிலாந்தில் உருவாக்கப்பட்ட முதல் காற்றுக் கப்பலையும் இவரே படைத்தார் என்பது குறிப்பிடத் தக்கது. இவர் வாழ்ந்த காலத்தில் பல அரிய அறிவியல் அறிஞர்கள் வாழ்ந்து வந்தார்கள். அவர்கள் அத்தனை பேருமே இவரிடம் பெருமதிப்புக் கொண்டவர்களாக இருந்தார்கள்.

பல்வேறு துறைகளிலும் திறமை படைத்தவராக விளங்கினார் இவர். விளையாட்டுத் துறையிலும் சிறந்த வீரராகத் திகழ்ந்தார். இசைத் துறையில் பாராட்டப்படக் கூடிய வயலின் மேதையாக விளங்கினார். இசைக்குழுக் களில் நீண்ட காலம் பணியாற்றினார்.

அறிவியல் மற்றும் தத்துவத் துறையில் தன்னிகரற்று விளங்கியவர் இந்த அறிஞர். அந்தக் காலத்தில் எதற்கும்

என்ன காரணம் என்பதைத் தெரிந்து கொள்ளாமலேயே எதையும் மக்கள் நம்பிக் கொண்டிருந்தார்கள்.

மூட நம்பிக்கை பெருமளவில் இருந்து வந்தது. இவர் அத்தகைய போக்கைத் தடுக்க விரும்பினார். எந்தச் செயலுக்கும் அடிப்படைக் காரணம் என்னவாக இருக்கும் என்பதை அறிவியல் அடிப்படையில் ஆராய்வார். புதிய சிந்தகைளை உருவாக்கினார்.

பத்தொன்பதாம் நூற்றாண்டின் இறுதியில் அறிவியல் கருத்துக்கள் பலவும் கிறித்துவ மதத்தைச் சார்ந்தவையாகவே இருந்து வந்தன. அறிவியலும் மதமும் பின்னிப் பிணைந்திருந்த காலம் அது.

கிறித்துவ மதம் பல இன்னல்களைத் தீர்க்கக்கூடிய ஆற்றல் பெற்றிருந்தது என்ற நம்பிக்கை மக்களிடையே வேரூன்றி இருந்தது. இதற்கு அறிவியல் அடிப்படையில் ஆதாரம் உண்டா என்ற கேள்வி எழுப்பப்பட்டது.

பிரபல நாளேடான லண்டன் டெய்லி மிர்ரர் தொடர்ந்து அறிவியல் கட்டுரைகளை வெளியிட்டு வந்தது. அவற்றை எழுதும் பொறுப்பு இவரிடம் ஒப்படைக்கப்பட்டது. உண்மைகளை வெளிச்சத்திற்குக் கொண்டு வரும் முயற்சியாக இது அமைந்தது.மத நம்பிக்கைகளில் இருந்து வந்த அறிவியல் பூர்வமான உண்மைகளால் ஈர்க்கப்பட்ட இவர் அது குறித்து விரிவாக ஆராய்ச்சி செய்து பல உண்மைகளை நிறுவினார்.

முழுக்க முழுக்க மத நம்பிக்கைகளை மட்டுமே வலியுறுத்துவது இவரது ஆராய்ச்சி மனப்பாங்கிற்குத் தடையாக விளங்கியது. தேவாலயங்கள் இவருடைய கருத்துக்களை ஏற்றுக் கொள்ள மறுத்தன. இரு தரப்பினருக்குமிடைய பிளவு விரிவடைந்தது.

மத நம்பிக்கைகளை மட்டுமே வளர்க்கும் அறிவியல் முழுமையான அறிவியலாக இருக்க முடியாது என்று கருதிய இவர் தமது தனிக் கொள்கைகளைப் பறைசாற்றத்

தொடங்கினார். அதில் வெற்றியும் பெற்றார். 1912 இல் இவர் ஒரு நூலை எழுதி வெளியிட்டார். புரிந்து கொள்ளப்பட்ட வாழ்க்கை என்ற தலைப்பில் அது பிரசுரமானது.

தாம் எழுதிய நூலைத் திரும்பத் திரும்பப் படித்துத் திருத்தங்களைச் செய்தார். தமது கருத்துக்களை முற்றிலுமாகப் பிரதிபலிக்கும் வகையில் மாற்றி அமைத்தார். அவருக்கு முழு மனநிறைவு ஏற்பட்ட பிறகே நூலை வெளியிட ஒத்துக் கொண்டார்.

இவரது கொள்கைகளால் ஈர்க்கப்பட்டவர்கள் மட்டுமே இந்தப் புத்தகத்தைப் படிப்பார்கள் என்று எதிர் பார்க்கப்பட்டது. ஆனால் அதையும் தாண்டி இதை உலகம் முழுவதும் படித்தது.

புதிய சிந்தனைப் பன்னாட்டு மையம் என்ற அமைப்பு 1914 இல் இலண்டன் நகரில் ஒரு மாநாட்டிற்கு ஏற்பாடு செய்தது. இதில் கலந்து கொள்ளச் சென்ற இவர் தாமஸ் ட்ரோவர்ட் என்ற அறிஞருடன் நல்ல பழக்கத்தை ஏற்படுத்திக் கொண்டார்.

நோய்களைக் குணமாக்குவதில் இவரது புதிய சிந்தனை மிகச் சிறந்த பலன்களை அளித்தது. முதல் யுத்த காலத்தில் இவரது கருத்துக்களின் அடிப்படையில் பல போர்வீரர்கள் குணமாக்கப்பட்டார்கள். இது இவருக்குப் பேரும் புகழும் தருவதாக அமைந்தது.

நலம் பெற்றவர்கள் இவரைப் பாராட்டி எழுதினார்கள். இத்தகைய கருத்துக்களையும் விமர்சனங்களையும் தாங்கி வெளிவந்த தீவிர சேவை என்ற வார இதழை இவரே வெளியிட்டு வந்தார்.

உண்மை அறிவைப் பரப்பும் வார இதழ். ஒவ்வொ ருவரும் உண்மையை உணர வேண்டும். அந்த உண்மை தான் அவர்களை விடுவிக்கும் என்பதையே தமது வார இதழின் கொள்கையாக அறிவித்தார் இவர்.

தமது கருத்துக்களைப் பரப்புவதற்கென்ற தனி அமைப்பு ஒன்றையும் 1917 ஆம் ஆண்டில் தொடங்கினார். முழுமையான ஈடுபாட்டோடு எதை விரும்பினாலும் கண்டிப்பாக அதை அடைய முடியும் என்பது இவரது கருத்தாக இருந்தது.

பிரிட்டிஷ் தீவுகள் மட்டுமல்லாமல் உலகின் முக்கிய பகுதிகள் பலவற்றிற்கும் இவர் பயணம் மேற்கொண்டார். அமெரிக்கா, கனடா போன்ற இடங்களிலும் இவருக்குப் பெரும் வரவேற்புக் கிட்டியது.

நோயுற்றிருக்கும் ஒருவரைக் குணமாக்க வேண்டுமானால் நாம் நலமடைவோம் என்ற நம்பிக்கை நோயாளிக்கு ஏற்பட வேண்டும். இவரைக் குணமாக்க நம்மால் முடியும் என்ற நம்பிக்கை சிகிச்சை அளிப்பவரிடம் இருக்க வேண்டும்.

இதைத்தான் இவர் வலியுறுத்தினார். இந்த நம்பிக்கையின் அடிப்படையில் எத்தனையோ பேர்களைக் குணமாக்கினார். இவரது கொள்கைகளைப் பரப்பும் விதத்தில் அமெரிக்காவிலும் கனடாவிலும் பல மன்றங்கள் புதிதாக ஆரம்பிக்கப்பட்டன.

இவரது புகழ் காட்டுத் தீ போல் பரவி வந்தது. 1920 ஆம் ஆண்டு. தமது சுற்றுப் பயணங்களை முடித்துக் கொள்ள இருந்த நேரம். செயின்ட் லூயிஸ் என்ற இடத்தில் இவரைக் கைது செய்தார்கள். நோய்களைக் குணப்படுத்த வேண்டுமானால் மருத்துவம் படித்திருக்க வேண்டும். அதற்கான உரிமத்தைப் பெற்றிருப்பது அவசியம். இந்த இரண்டுமே இல்லாமல் இவர் எப்படி நோய்களைக் குணப்படுத்தப் போயிற்று என்பது இவரது கைதுக்குக் காரணமாக இருந்தது.

அவ்வாறாயின் நான் நலமளிக்கும் முயற்சிகளை மேற்கொள்ளப் போவதில்லை என்றார் இவர். அதன் பேரில் இவரை விடுவித்தார்கள். 1923 இல் இவர் இயற்கை

எய்தினார். இருப்பினும் இவர் வெளியிட்டு வந்த வார இதழ் தொடரப்பட்டது. 1940 இல் மாத இதழாகி 1960 வரை வெளிவந்து கொண்டிருந்தது. இது இந்தத் தீவிரச் சிந்தனையாளரின் முழுப் பெயர் பிரடெரிக் எல்.ராஸன் என்பது. நம்பினால் நடக்கும் என்பதை மெய்ப்பித்த மாமேதை இவர்.

குறிப்புகளுக்காக

குறிப்புகளுக்காக